தரணி ஆளும் கணினி இசை

தாஜ் நூர்

பாரதி
புத்தகாலயம்

Tharani Aalum Kanini Isai (in Tamil)

Taj Noor

First Published: December, 2018

Published by

BHARATHI PUTHAKALAYAM

7, Elango Salai, Teynampet, Chennai - 600 018

Email: thamizhbooks@gmail.com / www.thamizhbooks.com

தரணி ஆளும் கணினி இசை

தாஜ் நூர்

முதல் பதிப்பு: டிசம்பர், 2018

வெளியீடு:

பாரதி புத்தகாலயம்

7, இளங்கோ சாலை, தேனாம்பேட்டை, சென்னை - 600 018

தொலைபேசி : 044-24332424, 24332924, 24356935

விற்பனை நிலையங்கள்

மதுரை: *37A, பெரியார் பேருந்து நிலையம் - 045 22324674*
ஈரோடு: *39: 39 ஸ்டேட் பாங்க் சாலை - 9245448353*
திண்டுக்கல்: *பேருந்து நிலையம் - 9942331105, 9976053719*
பழனி: *பேருந்து நிலையம் அருகில் - 9442883696*
திருப்பூர்: *447, அவினாசி சாலை - 9486105018*
சேலம்: *பாலம் 35, அத்வைத ஆஸ்ரமம் சாலை 0427 2335952 & 15, வித்யாலயா சாலை சாலை*
திருவல்லிக்கேணி: *48, தேரடி தெரு - 9444428358*
வடபழனி: *பேருந்து நிலையம் எதிரில் அடையார் ஆனந்தபவன் மாடியில் - 9444476967*
பெரம்பூர்: *52, கூக்ஸ் ரோடு - 9444373716 |* ***திருவாரூர்:*** *35, நேதாஜி சாலை - 9442540543*
திருநெல்வேலி: *25A, ராஜேந்திரநகர் - 9442149981*
அருப்புக்கோட்டை: *31, அகமுடையார் மஹால் - 9994173551*
மதுரை: *சர்வோதயா மெயின்ரோடு*
குன்னூர்: N.K.N வணிக வளாகம் பெட்போர்ட்
செங்கல்பட்டு: *1 D ஜி.எஸ்.டி சாலை - 044 27426964*
விருதுநகர்: *131, கச்சேரி சாலை - 0456 2245300*
கும்பகோணம்: *352, ரயில் நிலையம் எதிரில் - 9443995061*
வேலூர்: *பேஸ் III, சத்துவாச்சாரி - 9442553893*
நெய்வேலி: *பேருந்து நிலையம் அருகில், - 9443659147*
தஞ்சாவூர்: *காந்திஜி வணிக வளாகம் காந்திஜி சாலை - 9655542400*
கோவை: *77, மசக்காளிபாளையம் ரோடு, பீளமேடு - 8903707294*
திருச்சி: *வெண்மணி இல்லம், கரூர் புறவழிச்சாலை - 9994289492*
திருவண்ணாமலை: *முத்தம்மாள் நகர்*
நாகர்கோவில்: *699 கே.பி.ரோடு R.V.புரம் - 9443450111*
சிதம்பரம்: *22A / 18B தேரடி கடைத் தெரு,* **கீழவீதி அருகில்** *- 9994399347*
கரூர்: *நாரத கானசபா அருகில் (TNGEA OFFICE)- 9442706676*

முகப்பு: ஷபிர், சென்னை.

நினைத்த நூல்கள்... நினைத்த நேரத்தில்...

thamizhbooks.com 8778073949

ரூ.180/-

அச்சு : கணபதி எண்டர்பிரைசஸ், சென்னை - 600 002.

இந்த மூங்கிலை புல்லாங்குழலாக்கிய
ஏ.ஆர். ரஹ்மானுக்கு...

முன்னுரை

'தி இந்து தமிழ்' நாளிதழ் தந்த நல்வாய்ப்பின் வழியாக, கணினி இசை பற்றிய ஆழ அகலங்களை இக்கட்டுரைகளில் அலசியுள்ளேன். இக்கட்டுரைகளுக்கு இவ்வளவு பெரிய வரவேற்பு இருக்கும் என்பது நான் எதிர்பார்க்காத ஒன்று. விடுமுறை நாளை ஆவலோடு எதிர்பார்த்துக் காத்திருக்கும் பள்ளிக்கூடச் சிறுவன் போல, கட்டுரை வெளியாகும் வெள்ளிக்கிழமைக்காகக் காத்திருந்தது, அதனைத் தொடர்ந்து பாராட்டுகளைத் தூக்கி வரும் தொலைபேசி அழைப்புகள், பாராட்டுகள் தந்த உற்சாகத்தில் அடுத்த கட்டுரையை எழுதுவதென்று, சுகமாகக் கழிந்த நாட்களை அசைபோடுகின்றேன்.

இசை என்பது ஆன்மாவின் அலைவரிசையில் மனதோடு உரையாடும் மொழி, அதுவோர் அற்புதமான ரிஷி மூலம். அந்த ரிஷிமூலத்தைத் திறந்து காட்டாதே' என்று என்மீது அக்கறை கொண்டு எச்சரித்த நட்புகள் கூட கட்டுரைகளின் தொடர் ஓட்டத்தில் உண்மையில் பயனுள்ள நல்ல கட்டுரைகள், பாராட்டுகள் என்று தட்டிக்கொடுத்தது என, எத்தனை எத்தனை அனுபவங்கள் இக்கட்டுரைகள் மூலமாகக் கிடைக்கப் பெற்றேன்.

நினைத்துப் பார்க்கும் போது உண்மையில் பிரமிப்பாக இருக்கிறது. இசை பற்றிய இந்தத் தகவல்களை ஏதோ ஒரு புள்ளியில் விளையாட்டாகத் தொடங்கினாலும், இசை பற்றிய பல்வேறு பரிணாமங்கள், அதன் பரிணாம வளர்ச்சிகள், அது உருவாக்கப்படும் விதம், உத்திகள், அதன் நுண்ணிய பக்கங்கள் என, சிலந்தி வலையைச் சீர் பிரிப்பது போலக் கடினமாகவும் கவனமாகவும் பயணிக்க வேண்டியதாக இருந்தது.

இசையின் உள்நோக்கிய தொழில்நுட்பங்களுடன் அதன் விவரங்களையும், தொடர் கட்டுரைகளாக, சாதாரண இசை ரசிகனுக்கும் புரியும் விதத்தில் முயற்சித்திருக்கிறேன். எனக்கு இசைமீதான புரிதலும் இனம்புரியாத காதலும் ஏற்படக் காரணமாக இருந்தவர் என் அண்ணன் ஷாஜகான் அவர்கள் அந்நாளில் போக்குவரத்துத் துறையில் எல்லாக் கோட்டங்களிலும் இசைக்குழுக்கள் இயங்கி வந்தன. அக்குழுவினர்களை முன்பதிவு செய்து, திருவிழா போன்ற விசேச நாட்களில் பொது இடங்களில் இசைக் கச்சேரி நடத்த அழைப்பதுண்டு. அப்படி இயங்கி வந்த, சேலம் அண்ணா போக்குவரத்துத் துறை இசைக்குழுவில் என் அண்ணனும் ஒருவராக இருந்தார். அவர் மூலம்தான் எனக்குள் எனக்கே தெரியாமல் இசை புகுந்திருக்க வேண்டும்.

சேலத்தில் உதவி ஆட்சியருக்கு மகனாகப் பிறந்த நான், இசைப்புயல் என்னும் இதமான அன்பில், நிதானமான காத்திருப்பில், ஞான சூரியனாய், அமைதி நிலவாய், என்றும் எனக்கு ஆசானாய் இருக்கும் திரு. ஏ.ஆர். ரஹ்மான் அவர்களைச் சந்திப்பேன் என்றும், அவரின் அறிவென்னும் ஆலமர இசை நிழலில் இளைப்பாறுவேன் என்றும் நினைத்துக்கூட பார்த்ததில்லை. இத்தனை வருடங்களுக்குப் பிறகு இப்போது நினைத்தாலும் கூட பிரமிப்பாக இருக்கிறது. அவரைச் சந்தித்ததும் புத்தம் புதிய கணினியில் மென்பொருள்களைப் பதிவு செய்ததும், இசை உருவாக்கத்தில் இசை சேர்ப்பு செய்ததையும் நினைக்கும் போது, அது எனக்குக் கிடைத்த வரமாகத் தோன்றுகிறது.

இன்று இசையின் தொழில் நுட்ப வடிவங்கள் பற்றி எழுதுகிறேன் என்றால் அதற்கு முழுமுதற் காரணம் ரஹ்மான் அவர்களின் இசைக் கூடத்தில் பங்கேற்றுப் பல்வேறு பரிணாமங்களில் பட்டை தீட்டப்பட்டதால் கிடைத்த அனுபவ அறிவு எனலாம். கோடை கால மழையைப் போல அவரோடு பணியாற்றிய

காலங்கள். என் வாழ்வின் வசந்த காலங்கள். அவ்வளவு உயரத்தில் இருக்கும் அவர், "நீயும் பாடலாம், நீயும் இசையமைக்கலாம்" என்று தாயுள்ளத்தோடு கூறிய அந்தக் கணம், என் வாழ்வின் மறக்க முடியாத தருணம். நாள் முழுக்க அவரிடம் பணியாற்றிய அனுபவங்கள் இருந்தும், இன்னும் அவரிடம் நிறைய கற்றுக்கொள்ளாமல் விட்டு விட்டோமே என்ற ஏக்கப்பெருமூச்சு இப்போதும் எனக்குண்டு. அவரைப் பற்றிய என் அனுபவங்களைச் சொல்ல, தனியாக ஒரு புத்தகம் கொண்டு வருமளவிற்கு இருக்கிறது. இந்நேரத்தில் என் அறிவு ஆசானுக்கு என் நன்றி.

தொடர்ந்து படித்துவிட்டு 'இவ்வளவு எளிதாகவும், அழகாகவும், கருச்சிதைவு கொஞ்சம்கூட இல்லாமல் பதிவு செய்திருக்கிறீர்கள் என்று, இயக்குநர் தங்கர் பச்சான் அவர்கள் அலைபேசியில் அழைத்துப் பாராட்டியது என் நெஞ்சில் இன்னும் இனிமையாய்ப் பூத்துக் கிடக்கிறது. கட்டுரை வெளியாகும் ஒவ்வொரு வாரமும் முதல் அழைப்பாக அன்பை வெளிப்படுத்திய சேலம் ஈசன் இளங்கோ, என் நெஞ்சில் நிற்கிறார்.

இசைச் சிறகுகளை விரித்துப் பறக்க ஆகாயமாய் இருந்த 'தி இந்து தமிழ்' நாளிதழ் ஆசிரியர் அசோகன் அவர்களுக்கும், இசையின்மேல் உள்ள காதலால், அவரது பணிகளுக்கிடையேயும் நேரத்தை ஒதுக்கி, இந்தக் கட்டுரைகளை மிக நேர்த்தியாக எழுத்தாக்கம் செய்த நண்பர் ஆர்.சி. ஜெயந்தன் அவர்களுக்கும், அழகான புத்தகமாக வடிவமைத்துக் கரங்களில் தவழவிட்ட பாரதி புத்தகாலயம் நிறுவனத்திற்கும், பல அரிய தகவல்களை, இசை சார்ந்த விளக்கங்களைக் கொடுத்துதவிய நண்பர்கள் அந்தணன், ந.மம்மது, இலா, பத்து, விஜய்சங்கர், பாடகர் அமிர்தா, டாக்டர். சசி ஆகியோர்களுக்கும் நன்றி.

அனைத்திற்கும் மேலாக, என் எண்ணங்களுக்குச் சரியான, மிக நேர்த்தியான, எளிதில் விளங்கும் வண்ணம்

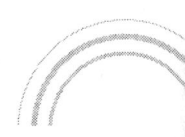

வார்த்தைகளை வழங்கிக்கொண்டும், எழுதும் ஆவலைத் தூண்டிக்கொண்டும் இருக்கிற என் அன்னைத் தமிழுக்கு நன்றி.

என்றும் உங்கள் அன்பில்

தாஜ் நூர்

tajnoormd@gmail.com
www.tajnoor.com

என் இனிய தமிழ் மக்களே,

பாரதிராஜா

இசையும், கூத்தும் ஒன்றோடொன்று இணைந்த கலைகள். பழந்தமிழர்கள் இசையைக் கூத்துக்கள் மூலமாக மக்களிடம் கொண்டுபோய் சேர்த்தனர். முச்சங்க காலத்தில் இசைக்கு இலக்கண நூல்கள் எழுதப்பட்டன. தொல்காப்பியம், சங்க நூல்களான பத்துப்பாட்டு, எட்டுத் தொகை, ஆகிய நூல்களிலும் ஐம்பெரும் காப்பியங்களில் ஒன்றான சிலப்பதிகாரத்திலும் தமிழிசை பற்றிக் கூறப்பட்டுள்ளன. ஓலைச்சுவடிகளில் இருந்த இசைக் குறிப்புகளைக் கொண்டு தமிழிசையின் மகத்துவம் நிலைத்து வாழ வேண்டும் என்று பண்டைத் தமிழ் மக்கள் ஆலயங்களில் இசைத்தூண்களை அமைத்தார்கள்.

திரைப்படங்கள் தோன்றிய பிறகு பண்டைக்கால இசையைப் பாடல்களாகக் கொண்டு வந்தார்கள். அந்த இசையை அனலாக் முறையில் பதிவு செய்தார்கள். இயக்குநர், இசையமைப்பாளர், பாடலாசிரியர் ஆகிய மூன்று படைப்பாளிகளின் ஒத்த அலைவரிசையாலும் உயர்வான ரசனை கொண்ட கூட்டணியாலும் அமரத்துவம் வாய்ந்த பாடல்கள் பிறந்தன.

நம்முடைய திரைப்படத்துறை பல வழிகளில் மாறிக் கொண்டே வந்திருக்கிறது. கதை சொல்லும் விதம், காட்சியமைப்பு, இசை, இயக்கம், தொழில்நுட்பம் என்று உலகத்தரத்திற்கு நாம் மாறியிருக்கிறோம். நமது நாட்டில் திரைப்படம் என்பது கலாசாரத்தின் ஒரு பகுதியாக மாறி நிற்கிறது. திரையிசை நமது வாழ்வின் எல்லாச் சூழல்களிலும் பின்தொடர்ந்து வருகிறது. பாடல்கள் கேட்பதற்கும், ரசிப்பதற்கும் என்று இருந்த நிலைமாறி துள்ளலுக்கும்,

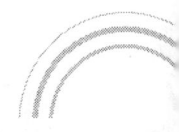

நடனத்துக்கும் முக்கியத்துவம் கொடுக்கப்படுகிறது. அத்தகைய பாடல்களில் இரைச்சல் அதிகமாக இருக்கிறது; பாடலின் வார்த்தைகள் விளங்கவில்லை என்ற குறை இருந்தாலும் இன்றைய யுவ-யுவதிகள் புதிய பாடல்களைக் கொண்டாட்ட மனநிலையில் வரவேற்கிறார்கள்.

ஒரு கம்ப்யூட்டர் நிறுவனத்தில் மல்டிமீடியா இஞ்சினீயராகச் சேர்ந்து, பின்னர் ஏ.ஆர்.ரஹ்மானிடம் உதவியாளராகப் பணியாற்றிய பிறகு இசையமைப்பாளராக உயர்ந்து பல வெற்றிப் படங்களைக் கொடுத்த தாஜ் நூர் அவர்கள் ஓர் எழுத்தாளராக "தரணி ஆளும் கணினி இசை" என்ற புத்தகத்தை எழுதியிருப்பது பாராட்டுக்குரியது. இன்றைய கணினி யுகத்தில் மனிதர்கள் செய்ய வேண்டிய பல நாள் உழைப்பைக் கணினி குறைந்த நேரத்தில் செய்து முடித்துவிடுகிறது. இதற்குத் திரையிசையும் விலக்கு கிடையாது. பொதுவாக வாத்திய இசைக்கலைஞர்கள் தான் கணினி தொழில்நுட்பத்தால் நேரடியாகப் பாதிக்கப்பட்டிருக்கிறார்கள். அவர்கள் வேலையிழந்துவிட்டார்கள் என்ற கருத்து இந்தப் புத்தகத்தைப் படிக்கும் பொழுது உண்மை என்று தெளிவாகிறது.

பாடல் பதிவின் போதும், பின்னணி இசைப்பதிவின் போதும் இசையை டிஜிட்டல் முறையில் பதிவு செய்கிறார்கள் என்று தெரிந்த நமக்கு, அதற்குள் இருக்கும் தொழில்நுட்பம் மலைக்க வைக்கிறது. அதை தாஜ் நூர் இந்தப் புத்தகத்தில் பாமரனும் படித்துப் புரிந்து கொள்ளும் வகையில் எழுதியிருப்பது பாராட்டுக்குரியது. திரையிசையின் தொழில்நுட்பத்தைத் தெரிந்து கொள்ள நினைப்பவர்கள் அவசியம் படிக்க வேண்டிய புத்தகம்.

பாரதிராஜா

ஆர். பாலகிருஷ்ணன் I.A.S.

எல்லைகளற்ற இசைக் கலைஞன்...

தமிழ் இசைப் பண்பாட்டுத் தளத்தில் திரைப்பட இசை மிகமிக முக்கியமான பரிணாமமாக வளர்ந்துள்ளது; தொடர்ந்து வளர்ந்து வருகிறது. மரபு இசை, நவீன இசை, நாட்டுப்புற இசை என்ற எல்லா வடிவங்களுக்கும் மேடையளித்துக் கோடிக்கணக்கான மக்களிடம் கொண்டு சேர்க்கும் பணியைத் திரை மெல்லிசை செய்து வருகிறது.

கணிப்பொறித் தொழில்நுட்பத்தின் வளர்ச்சி திரையிசையின் வளர்ச்சியில் காத்திரமான பங்களிப்பைச் செய்துள்ளது. இதை, இசையமைப்பாளர்கள், பாடகர்கள், ரசிகர்கள் ஆகிய அனைத்துத் தரப்பினரும் உள்வாங்கி இருந்தாலும் 'தரணி ஆளும் கணினி இசை'யின் அகநுட்பங்கள் பொதுவெளியைப் பொறுத்தமட்டில் சாதாரண ரசிகர்களால் புரிந்துகொள்ள முடியாத 'தங்கமலை ரகசியமாக'வே இருந்து வந்துள்ளது. இந்த ரகசியத்தைத் தான் பொதுவெளியில் போட்டுடைத்திருக்கிறது, தாஜ் நூரின் போற்றுதலுக்குரிய இந்த நூல்.

தமிழ்த் திரைப்படத் துறையில் கணினியின் பங்களிப்பு தொடங்கிய புள்ளியைத் துல்லியமாக அடிக்கோடிட்டு, அந்தப் பங்களிப்பு எவ்வாறு மென்மேலும் வளர்ந்து கொடிகட்டி வருகிறது என்பதை அழகிய எளிய தமிழ் நடையில் விளக்குகிறது இந்த நூல். 'தி இந்து தமிழ்' நாளிதழில் வெளிவந்த கட்டுரைகளின் தொகுப்பான இந்த நூல் திரையிசை உலகின் தெரியாத சாளரங்களைத் திறந்துகாட்டுகிறது. இம்முயற்சியில் திரையிசையாக்கத்தின்

பல்வேறு நிலைகளையும் அவை தொடர்பான தொழில்நுட்பங்கள் குறித்தும் இந்நூல் விளக்கம் தருகிறது. ஒரு கணினி பொறியாளராகத் தொடங்கி இசைப்புயல் ஏ.ஆர். ரஹ்மானின் உதவியாளராகப் பல ஆண்டுகள் பணியாற்றி இன்று திரைப்பட இசையமைப்பாளராக வளர்ந்திருக்கும் தாஜ் நூரை விடவும் இந்த நூலை எழுதும் அனுபவமும் தெளிவும் வேறு யாருக்கும் இருக்குமென்று எனக்குத் தோன்றவில்லை.

இந்த நூலில் இடம்பெறும் கட்டுரைகளின் தலைப்புகளும் துணைத்தலைப்புகளும் கவித்துவமானவை; படிக்கத் தூண்டுபவை. 'இசையமைப்பாளரும் இயக்குநர் தான்' என்ற தாஜ் நூரின் முன்மொழிவு ஒவ்வொரு பக்கத்திலும் நிறுவப்படுகிறது. 'விரல்களின் நடுவே வெளிப்படும் கற்பனை', 'நவீனத்துக்கு ஈடுகொடுக்கும் நாகரா', 'அனலாக் என்பது மண்பானை ருசி', 'இசைக்கு தேவைப்படும் இறுதி ஒப்பனை', 'காதுகளுக்கும் கருவிகளுக்கும் காதல்' போன்ற கட்டுரைத் தலைப்புகளே தூண்டில் போடுகின்றன. தாஜ் நூர் இந்நூலில் ஆங்காங்கே விவரிக்கும் அனுபவங்கள் திரையிசை பற்றிய புதிய புரிதல்களை நமக்கு அளிக்கிறது.

தாஜ் நூரும் நானும் ஒருவருக்கொருவர் அறிமுகமாகிச் சில ஆண்டுகளே ஆகின்றன. 'வாசல் தோறும் வள்ளுவம்' தெளிக்கும் முயற்சியின் ஒரு பகுதியாகத் திருக்குறளின் இன்பத்துப் பாலில் இருந்து தேர்ந்தெடுத்த ஏழு குறட்பாக்களுக்கு நாட்டுப்புறப் பாடல் இசை வடிவம் கொடுக்க முடிவு செய்து அதற்குப் பொருத்தமான ஒரு இசையமைப்பாளரை நான் தேடிய போது எனது நண்பர்களின் மூலமாக எனக்கு அறிமுகமானவர் தாஜ் நூர். இப்போது நெருங்கிய நண்பராகிவிட்டார். அவரது இசைத்திறனால் 'நாட்டுக்குறள்' தமிழுலகுக்குச் சொந்தமானது.

தமிழ்மொழியின் மீதும் தமிழ்ப் பண்பாட்டின் மீதும் அவருக்குள்ள ஈடுபாடு எல்லையற்றது. திரைத்துறைக்கு வெளியே தமிழர் அடையாளம் குறித்த இசை முயற்சிகள் பலவற்றிலும் தாஜ் நூரின் பங்களிப்பு தொடர்கிறது. மரபில் காலூன்றி நவீனத்துவத்தில் கிளைபரப்பி இசைவளர்க்கும் தாஜ் நூரை தமிழ் இசை உலகம் மென்மேலும் கொண்டாட வேண்டும். அதற்கான தகுதியும் திறனும் அவரிடம் உள்ளது.

'கலைகளின் நுட்பங்கள் பகிர்வதற்கே' என்ற இவரது கொள்கையை அணுகுமுறையை நான் வாழ்த்தி வரவேற்கிறேன். இந்நூலின் பின்னிணைப்பாக திரையிசைக்கான ஆங்கிலக் கலைச்சொற்களுக்கு தாஜ் நூர் அளித்துள்ள அகராதி விளக்கம் ஆக்கப்பூர்வமானது. வாசிப்பாளர்களுக்கு இது மிகவும் உதவும்.

"கலைஞன் எல்லைகள் அற்றவன். யாருக்கும் சொந்தமானவன் கிடையாது. நாட்டின் எல்லைகள் கூட அவனையோ அவனது படைப்புகளையோ தடுத்து வைக்க முடியாது", என்று தாஜ் நூர் சொல்வது முன் எப்போதையும் விட மிக நுட்பமாக நாம் அனைவரும் உணர்வுபூர்வமாக உள்வாங்க வேண்டிய சமகாலத்தின் தேவையும் தெளிவும் ஆகும்.

வாழ்த்துகள்.

அன்புடன்,
ஆர். பாலகிருஷ்ணன், I.A.S
புவனேஸ்வரம், ஒடிசா

நா. மம்மது

மதிப்புரை

என் குடும்பத்தினருக்கும் நன்கு பழக்கமானவர் தாஜ் நூர். ஏ.ஆர். ரஹ்மானை கவிக்கோ அப்துல்ரகுமானும் நானும் சந்தித்தபோது, நண்பர் தாஜ் உடன் இருந்தார்.

நாளிதழ்களில் கட்டுரைகளாக வெளிவந்தபோதோ, பலமுறை கட்டுரைகளைப் பற்றிய கருத்துக்களை அவரிடம் கூறிவந்திருக்கிறேன். நூலாக வெளிவரவேண்டும் என்ற என் ஆவலையும் தெரிவித்திருந்தேன். தற்போது நூலாகப் பார்ப்பது மிக்க மகிழ்ச்சியைத் தருகிறது.

பாடலுக்கு இசை அமைப்பது என்பது தமிழ்ச்சூழலில் ஈராயிரம் ஆண்டுகளுக்கு முன்பான பழமையுடையது. அக்கால கட்டத்தைச் சேர்ந்தவை சங்க இலக்கியத் தொகுதிகள். பரிபாடல் என்ற சங்க இலக்கியத்திற்குப் பாடல் புனைந்தோர் வேறு. இசை அமைத்தோர் வேறு.

திரை இசையும் அவ்வாறானதே. திரை இசை உருவாக்கத்தில் இசையமைப்பு என்பது தலையாய கலைப் படைப்பு. கொலையாளி உருவாக்கப்படுகிறான். படைப்பாளி உருவாகிறான்.

பள்ளிக்கூடம் வைத்து 'சிறுகதை எப்படி எழுதுவது?' என்று சொல்லித் தர முடியாது. 'பாட்டிற்கு இசையமைப்பது எப்படி?' என்றும் சொல்லித் தர முடியாது; துணை செய்யலாம்.

அதைத்தான் அன்பின் தாஜ் இந்த நூலில் செய்திருக்கின்றார். அவருக்கு, அதற்கான தகுதி உண்டு. நம் காலத்துச் சிறந்த இசையமைப்பாளர் ஏ.ஆர்.ரஹ்மானிடம் உதவியாளராகப் பணியாற்றியுள்ளார்.

வம்சம், நெடும்பா, ஸ்ட்ராபரி, கதம் கதம், ஞானக்கிறுக்கன் முதலிய பாடல்களுக்கு இசையமைத்திருக்கின்றார். உயிர் விடும் மூச்சு, ஆடல் கண்ணகி, மகரந்தமழை, தமிழ்ப் பிள்ளை, நாட்டுக்குறள் முதலிய இசைத் தொகுப்புகளைக் கொண்டு வந்திருக்கிறார்.

இளம் இசையமைப்பாளர்களுக்கு இந்நூல் ஒரு கையேடு என்று கூற வேண்டும். முதலில் தொடக்க இசை (First BGM Prelude), பாடல் வேகம் (Tempo) இரண்டாவது, மூன்றாவது பின்னணியிசை, முடிப்புச்சுரம் (Landing Note) போன்ற நுட்பங்கள் இளம் இசையமைப்பாளர்கள் அவசியம் அறிய வேண்டியவை. இதைப் போல Backing, Sampler, Reverb, delay and Mixing, Mastering, Quantization, Voice processing & Parts, மெலடைன், ஆட்டோ டியூன், டி.டி.எஸ். டால்பி, அட்மாஸ் போன்ற கணினி மற்றும் இசைப் பதிவு பற்றிய தொழில் நுட்பங்களைத் தெரியாமல் யாரும் இசையமைத்து விட முடியாது.

இன்றைய இசையமைப்பாளன் இரட்டை உரு கொண்டிருக்கிறான். நண்பர் தாஜ் இசையமைப்பாளர் மற்றும் சிறந்த கணினிப் பொறியாளர் (அவருடைய முந்தைய பணி அவர் ஒரு கணினிப் பொறியாளர்.)

இந்நூலின் நோக்கம் குறித்து அவர் தெரிவிக்கும் சில செய்திகள்:

கலை என்பதும் காலந்தோறும் மாறிவரும் கலையின் தொழில் நுட்ப ரகசியம் என்பதும் ஒளித்து வைக்கப்படாமல் தலைமுறைகளோடு பகிரப்பட வேண்டும் என்று நினைப்பவன் நான்.

என்றும், எப்போதும் நாம் கேட்கும் பாடல் உத்தமபுத்திரன் படத்தில் வரும் 'யாரடி நீ மோகினி, 'திரை இசையமைப்பு மன்னர் சி. இராமநாதன் இப்பாடலுக்கு எப்படி இசையமைத்தார் என்பது புதைந்த மீட்க முடியாத 'இரகசியம்' ஆகவே போய்விட்டது. இப்படித்தான் உள்ளது என்றும் இரகசியமாகவே! இளையராஜா, இசை இமயம் என்பதற்கு பாடல்கள் வேண்டாம். 'கவிதை கேளுங்கள்'

என்ற இந்த ஒரு பாடல் போதும் (இசையமைப்பில் எளிதாகக் கடந்து விடும் பாடல் அல்ல அது) ஏ.ஆர்.ரஹ்மானின், 'கண்ணோடு காண்பதெல்லாம்' பாடலும் இவ்வாறானதே. இசை மன்னர் மன்னர்களும் இமயங்களும் புயல்களும் 'இந்தப் பாடலுக்கு இவ்வாறு இசையமைத்தேன்' என்று கூற வேண்டும். இளம் இசையமைப்பாளர்களுக்கு அதுவே சிறந்த பாடமாக அமையும். எதிர்காலத்தில் இசை ஆவணமாகும்.

நூலாசிரியரின் மேலும் ஒரு நல்ல பதிவு.

"இசை ரசிகனுக்கும் இசையின் நுட்பங்களும் அது இயங்கும் நவீன தொழில் நுட்பம் குறித்த அறிவும் அவசியம். அதை அவன் முழுமையாகத் தெரிந்து கொண்டு ரசிக்கும்போது, இசையையும் அதில் வெளிப்படும் படைப்பு நேர்த்தியையும் ஆழமாக ரசிக்க அது பாதையமைத்துக் கொடுக்கிறது."

நூலின் மிக அருமையான இடங்கள் சிலவற்றைக் குறிப்பிட்டே ஆக வேண்டும்.

"இந்தியச் சினிமாவின் கதையாடல்களில் இருக்கும் இன்றைய வடிவம், நமது கூத்து மரபின், தொடர்ச்சியை இழக்க விரும்பாத ஒன்று... பாடலின் முக்கியத்துவத்தை இந்தியச் சினிமா இழக்க விரும்பவில்லை.

நூலின் இறுதி அத்தியாயமாக வரும் கலைகளின் நுட்பங்கள் பகிர்வதற்கே மிகச் சிறந்த பகுதி. நாம் படித்துப் பரவசமடையும் பகுதி. இந்த இடத்தில், நூல் ஆசிரியருக்கு ஓர் அன்பான வேண்டுகோள்.

மாம்பழம் அழகானது, சுவையானது, இனிமையானது, மனம் மிக்கது என்றெல்லாம் பக்கம் பக்கமாக எழுதினாலும் மாம்பழத்தின் சுவையை அறிய முடியாது. சாப்பிட்டுத்தான் பார்க்க வேண்டும்.

இசை என்பது நிகழ்கலை. எத்தனை எழுதினாலும் அது ஓரளவே பயன்படும். நூலாசிரியர் இந்த நூலை அடிப்படையாக வைத்து இளம் இசையமைப்பாளர்களுக்குப் பயிற்சி தருதல் வேண்டும். அதுவே நூலின் பயனை முழுமை பெறச் செய்யும்.

பல்வேறு மதம், சாதி, மொழி, கொண்டது நம் நாடு. இங்கு ஒற்றுமை, ஒருமைப்பாடு, பன்மியம் என்றெல்லாம் நம் விழுமியங்கள் கொண்டாடப்பட வேண்டும். அதற்கான நூலின் ஒரு பகுதி நெகிழ்வைத் தருகின்றது.

''தன்னை ஈர்த்து விடும் கலைஞனைத் தனது சமுதாய, இன, மத அடையாளங்களுடன் பொருத்திப் பார்த்துச் சொந்தம் கொண்டாடுவது தேவையற்றது. கலைஞன் எல்லைகள் அற்றவன், யாருக்கும் சொந்தமானவன் கிடையாது. நாட்டின் எல்லைகள் கூட அவனையோ, அவனது படைப்புகளையோ தடுத்து வைக்க முடியாது.''

நூல்பற்றி நிறைய பேசலாம். இறுதியாக ஒன்றுமட்டும் கூறி, மீதியை உங்கள் வாசிப்புக்கு விடுகிறேன். நூலாசிரியரின் முத்திரை வரிகளில்:

“மரபார்ந்த பாரம்பரிய இசை நம் வழிபாட்டிலும், கூத்து, நடனம் ஆகியவற்றிலும் முக்கிய அங்கமாக இடம் பெற்றுவிட்டதால், சுவாசித்தலுக்கு அடுத்த இடத்தில் இசையை வைத்துக் கொண்டாடி வந்திருக்கும் இனக் கூட்டத்தைச் சேர்ந்தவர்கள் நாம்.''

உங்கள் அன்பன்,

நா. மம்மது

முதன்மை இசை ஆய்வாளர்,
தியாகராசர் கல்லூரி
மதுரை,
இயக்குநர் மற்றும் துறைத் தலைவர்,
இந்திய இசைத் துறை
மதுரைத் திரைப்படக் கல்லூரி.

மதுரை
28.12.2018.

உள்ளே..

1. முதல் முதலா ஒரு பாட்டு... 21

2. தொகுப்பி எனும் தொழில்நுட்ப ஜாலம்! 27

3. பாடல் காட்சி 'இடைவேளை' ஆவது எப்போது? 31

4. இடைவெளியை நிரப்பும் இசை! 36

5. சேம்பிள் இசையில் ஜீவன் உண்டா? 41

6. விரல்களின் வழியே வெளிப்படும் கற்பனை! 47

7. பெயரிடப்படாத கருவிகளின் இசை! 53

8. சூப்பர் சிங்கர்களால் ஏன் சோபிக்க முடிவதில்லை? 59

9. நடிகர்கள் எப்படிப் பாடகர்கள் ஆனார்கள்? 66

10. நவீனத்துக்கு ஈடுகொடுக்கும் நாகரா! 72

11. அனலாக் என்பது மண்பானை ருசி! 79

12. இசைக் கலவை ரகசியங்கள் 86

13. இசைக்குத் தேவைப்படும் இறுதி ஒப்பனை 92

14. தலைக்குமேல் ஒலிக்கும் இசை! 99

15. மனத்திரைக்கு உயிரூட்டிய இசை 103

16. புற்றீசலாகப் பெருகும் புதிய இசையமைப்பாளர்கள்! 109

17.	தாளத்திலிருந்து பிறக்கும் மெட்டு!	115
18.	பைரசி மீது மட்டும் பழி போடலாமா?	122
19.	எம்.பி.3 வரமா, சாபமா?	129
20.	திருட்டுப் பூனைகளும் திரையிசையும்!	135
21.	அதிசயப் பாடலாசிரியன் ஒருவன்!	142
22.	தற்காலிக ரசனை!	148
23.	திரையிசையை வென்று நிற்கும்	154
24.	உலகின் காதுகளில் கானா ஒலிக்க வேண்டும்!	160
25.	காஞ்சியிலிருந்து கேட்ட குரல்!	166
26.	திரையில் வேரூன்றிய இசைமரபு!	172
27.	கற்பனையைப் பின்தொடரும் மரபு!	178
28.	எப்படிக் கேட்பது எப்படி ரசிப்பது?	184
29.	காதுகளுக்கும் கருவிகளுக்கும் காதல்!	188
30.	கலைகளின் நுட்பங்கள் பகிர்வதற்கே!	194
31.	பின்னிணைப்பு	200
32.	வாசகர்களின் சில மின்னஞ்சல்	202

01

முதல் முதலா ஒரு பாட்டு...

கமலுக்கும் கம்ப்யூட்டர் இசைக்கும் ஒரு சுவாரசியமான தொடர்பு உண்டு. பல கலைகளில் வல்லவராக விளங்கும் கமலுக்கு மிகப்பெரிய வெற்றிப்படமாக அமைந்தது 'சகலகலா வல்லவன்'. அந்த வெற்றியைச் சிறியதாக மாற்றிவிட ஒரு அதிநவீன திரைப்படத்தை எடுத்து, அதில் நடித்துவிடவேண்டும் என்று முடிவு செய்தார். அந்தப் படம் 1986ம் ஆண்டு ராஜசேகர் இயக்கத்தில் வெளியான 'விக்ரம்'. கம்ப்யூட்டர் இசை தன் முகத்தைத் தமிழ் மக்களுக்கு முதன் முதலாகக் காட்டியது அந்தப் படத்தில்தான்.

'விக்ரம்' படத்தின் முதல் காட்சி நீதிமன்றத்தில் தொடங்கும். நீதிபதி, வழக்கறிஞர்கள் அனைவரும் அமர்ந்திருக்கும் காட்சி, பென்சில் ஸ்கெட்ச் ஓவியமாகக் காட்டப்பட்டு, அது மெல்ல மெல்லத் திரைப்படமாக மாறும். இந்த 'சேஞ்ச் ஓவ'ரின் பின்னணியில்

இசைக்கப்பட்ட ஒலித்துணுக்கு, கம்ப்யூட்டரில் உள்ளீடு செய்யப்பட்ட சேம்பிளர் (sampler) ஒலித் தொகுதியிலிருந்து மறுவடிவமைப்பு செய்யப்பட்ட ஒன்று. நீதிமன்றக் காட்சியைத் தொடர்ந்து திரையில் விரிந்த டைட்டில் பாடல்.. 'விக்ரம்ம்.... விக்ரம்ம்ம்ம்ம்... நான் வெற்றிபெற்றவன்... இமயம் தொட்டுவிட்டவன்.. பகையை முட்டிவிட்டவன்' என, கமல் பாடிய இந்தப் பாடலை, 'சைடு ஸ்பீக்கர்கள்' பொருத்தப்பட்ட திரையரங்குகளில் கேட்டபோது, இளைஞர்கள் ஒரு சின்ன திடுக்கிடலோடு எழுந்து நின்று, விசிலடித்து ஆர்ப்பரித்துக் கைதட்டினார்கள். அது கமல், இளையராஜா ஆகிய இரு ஆளுமைகளுக்காக மட்டுமே அல்ல; 'விக்ராம்ம்ம்...' என்ற அந்தக் குரல் இரண்டாவது முறையாக எக்கோ எஃபெக்டுடன், 'மெட்டல் வாய்ஸாக' உலோகக் குரலில் ஒலித்தது. இதை எந்தப் பாடகரும் அப்படிப் பாடிவிட முடியாது. தமிழ் சினிமா இசையில்

ஒலிகள் மட்டுமல்ல; குரலும் கணினி நுட்பத்தை உள்வாங்கி ஒலித்தது அதுவே முதல் முறை. ‘விக்ரம்’ படம் புதுமையான விருந்தாக இருக்கப்போவதற்கு அந்தப் பாடலின் பின்னணி இசைக்கோவையில் இடம்பெற்றிருந்த எலெக்ட்ரானிக் வாத்திய ஒலிகள் கட்டியம் கூறின. அதற்காகவும்தான் திரையரங்கில் அத்தனை ஆர்ப்பரிப்பு. ‘விக்ரம்ம்ம்..’ பாடலில் மட்டுமல்ல; ‘என் ஜோடி மஞ்சக்குருவி’பாடலிலும் பின்னணி இசைக்கோவையில் இடம்பெற்ற ஒலிகளில் பெரும்பாலானவை கணினியில் உள்ளீடு (Feeding) செய்யப்பட்ட சேம்பிளர் (sampler) இசையிலிருந்து தொகுக்கப்பட்டவைதான்.

எதிர்பாராமல் அமைந்த பொருத்தம்

கமலிடம் ஒரு பெரிய பிரச்சினை உண்டு. வெகுகாலம் கழித்து நடிக்க வேண்டிய, எடுக்க வேண்டிய படங்களை எல்லாம் முன்னரே எடுத்து விடுவார். எந்தப் புதிய தொழில்நுட்பம் வந்தாலும் அதை முதல் ஆளாகத் தனது படங்களில் பரிசோதனை செய்து பார்த்துவிடுவார். அப்படித்தான் பல புதுமைகளை ‘விக்ரம்’ படத்தில் பயன்படுத்தினார். அவற்றில் கம்ப்யூட்டர் இசை முக்கியமானது.

தமிழ் அறிவியல் புனைவுக் கதைகளின் முன்னோடியான எழுத்தாளர் சுஜாதா, எழுதிய நவீன அறிவியல் தொடர்கதையில் தன் கனவுப் படத்துக்கான திரைக்கதையைக் கண்டு அவரை எழுத வைத்தார். கம்ப்யூட்டர் கிராஃபிக்ஸ் உருவாக்க, ‘ப்ளூ மேட்’ திரையின் பின்னணியில் பல காட்சிகளை முதல் முறையாகப் படம்பிடித்தார். இப்படிப் பல ‘முதல்’களைச் செய்த கமல், கம்ப்யூட்டர் எனும் சாதனத்தை முதன்முதலில் திரையில் காண்பித்ததும் இந்தப் படத்தில்தான். கம்ப்யூட்டர் காட்டப்பட்ட படத்தில், கம்ப்யூட்டர் இசை முதன்முதலாகப் பயன்படுத்தப்பட்டது எவ்வளவு பொருத்தம்!

இசைஞானியிடம் ஓர் இளைஞர்

எந்த வகைப் பாடலாக இருந்தாலும் அதில் இசையின் துடிப்பை பொங்கிவரும் ஒரு நீரூற்றைப்போல உணரச்செய்துவிடும் 'இசைஞானி'யின் படைப்பாற்றல். அதிலிருந்து விலகாமல், ஆனால் திடீரென்று ராஜாவின் இசை டிஜிட்டலாக மாறி ஒலித்ததைத் தமிழகம் ஆச்சரியமாகக் கேட்டு ரசித்தது. அடுத்து 'புன்னகை மன்னன்'படப் பாடல்களின் பின்னணி இசைக்கோவையிலும் பின்னணி இசையிலும் ராஜா நவீன இசையைத் தந்து ஆச்சரியப்படுத்திபோது, அவரிடம் ஏ.எஸ். திலீப்குமார் என்ற இளைஞர், கீபோர்ட் பிளேயராக பணியாற்றிக்கொண்டிருந்தார். அவர்தான் இன்றைய 'மொசார்ட் ஆஃப் மெட்ராஸ்' என்று புகழப்படும் ஏ.ஆர்.ரஹ்மான்.

'ரோலேண்ட்' எஸ்.770 சேம்பிளர்

'புன்னகை மன்னன்' படப் பாடல்களின் பின்னணி இசைக்கோவையில் இடம்பெற்ற புதுமையான ஒலிகளை ராஜா எப்படி உருவாக்கினார்? ரஹ்மான் பயன்படுத்திய 'ரோலேண்ட் எஸ்770' (Roland S770) என்ற சேம்பிளர் கருவியிலிருந்து தேர்வுசெய்து அவற்றை தன் கற்பனைக்கு ஏற்ப மாற்றினார். சேம்பிளர் என்பது பல வாத்தியக்கருவிகளின் ஒலி மாதிரிகளைச் சேமித்து வைத்துக்கொள்ளும் புராசஸர் கொண்ட ஒரு ஹார்டுவேர் கருவி. இப்படி சேம்பிளர் கருவியில் சேமித்து வைக்கப்பட்டிருக்கும் ஒலிகளை நம் கற்பனைக்கேற்ப மாற்றி அமைக்க வேண்டும் என்றால் அந்த ஒலிகளை எப்படி அணுகுவது? அதற்குள் நுழைய (input) பாலம் போன்ற ஒரு ஊடகம் தேவை. அந்தப் பாலம்தான் 'மிடி' கீபோர்டு.

அது என்ன 'மிடி கீபோர்டு? 'மிடி' கீபோர்டு என்பது இசைக்கருவிபோல் காட்சியளிக்கும் ஒரு டம்மி கீபோர்டு.

'ரோலேண்ட்' எஸ்.770 சேம்பிளர்

இதை வாசித்தால் ஒலி வராது. ஆனால் இதைக் கேபிள் மூலம் சேம்பிளர் உடன் இணைத்து, சேம்பிளரின் நினைவகத்தில் (Memory card) பதிவு செய்யப்பட்டிருக்கும் எந்த வகை வாத்திய ஒலியையும் எளிதில் அணுகி, உங்கள் கற்பனைக்கு ஏற்ப வாசிக்கவும் மாற்றி அமைக்கவும் முடியும். 'மிடி' கீபோர்டில் ஒரு 'பியானோ'வில் இருப்பதுபோல் கருப்புவெள்ளை கட்டைகள் (Keys) இருக்கும். இந்தக் கட்டைகளில் தன் விரல்களை இழையவிடும் இசை அமைப்பாளர், எப்போதும்போல் தனது கற்பனையின் ஜாலத்தைக் காட்டுகிறார்.

மிடி கீபோர்டு

'மிடி' கீபோர்டு

இசையமைப்பாளர் கம்போஸ் செய்த ஒலி மாதிரிகளை, சேம்பிளரில் பதிவு செய்யப்பட்டிருக்கும் எந்த வாத்தியமாகவும் ஒலிக்கச் செய்யலாம். பியானோ பட்டன்களின் வழியே நீங்கள் தவில் வாசிக்கலாம், வயலின் வாசிக்கலாம். கிட்டார் வாசிக்கலாம். இப்போது கூறுங்கள் 'மிடி' கீபோர்டு (MIDI-Musical Instrument Digital Interface) இசையுலகத்துக்கு அறிவியலின் ஆச்சரியமான பரிசுதானே. ஆக 'மிடி' கீபோர்டை கணினி இசையின் வரம் என்று வர்ணிக்கலாம்.

வாத்திய ஒலிகள் சேமிக்கப்பட்ட ஒரு கணினி (சேம்பிளர்) இருந்தால் போதுமா? கணினி இசையை உருவாக்க கற்பனைத் திறன் தேவைப்படாதா? இந்தக் கேள்விக்கான பதிலைத் தெரிந்துகொள்ளும்முன் இசைஞானி கூறுவதைக் கேளுங்கள், "இன்றைய இளம் இசையமைப்பாளர்களே... கம்ப்யூட்டர் இசையைத் தூக்கி எறியுங்கள். மூளையைப் பயன்படுத்துங்கள்". ஏன் இளையராஜா இப்படிப் பேசினார்?

02

தொகுப்பி எனும் தொழில்நுட்ப ஜாலம்!

கடந்த 2015 ஜூலை 27ம் தேதி. இரண்டு தலைமுறை இசை ரசிகர்களால் நிரம்பி வழிந்தது சென்னையின் காமராஜர் அரங்கம். 'என்னுள்ளே எம்.எஸ்.வி' என்ற தலைப்பில் இளையராஜா இசையஞ்சலி செலுத்திய அந்த இரவில் ரசிகர்களில் ஒருவனாக நானும் அங்கே அமர்ந்திருந்தேன். தன் இசையஞ்சலியைத் தொடங்கும்முன் இளையராஜா பேசினார்..

"எம்.எஸ்.வி இசையுலகில் ஒரு மாமேதை. அவர் இசையமைத்த பாடல்கள் என்று தெரியாத பருவத்தில் அவரின் இசையால் ஈர்க்கப்பட்டேன். என் இளமைக் காலத்தை அவரது பாடல்களின் வழியேதான் கடந்து வந்தேன். 'குலேபகாவலி' படத்தில் அவர் இசைத்த "மயக்கும் மாலைப் பொழுதே நீ போ...போ.." பாடலை இப்போதைய சூப்பர் ஸ்டார்களுக்கு போட முடியாது. இசைக்கு முக்கியத்துவம் அளிக்கும் காலகட்டமாக அது

இருந்தது. அந்தக் காலத்துப் பாடல்களை இப்போதும் பாடலாம். ஆனால் இன்றைய பாடல்களைப் பாட முடியாது. இளம் இசையமைப்பாளர்களே! கம்ப்யூட்டர் இசையைப் பயன்படுத்தாதீர்கள், அதைத் தூக்கி எறியுங்கள். மூளையைப் பயன்படுத்துங்கள்" என்று பேசினார். அவரது பேச்சு எனக்குக் கொஞ்சம் அதிர்ச்சியாகவே இருந்தது. கணினி எனும் தொழில்நுட்பம் இல்லாமல் இளையராஜா உட்பட இன்று யாராலும் இசையை ஒலிப்பதிவு செய்யவோ, இசைக்கோர்வையைத் தொகுக்கவோ முடியாது. இன்றைய கணினி இசைத்துறையில் தொழில்நுட்பமும் இசையும் பின்னிப் பிணைந்து கிடக்கிறது.

'ரோலேண்ட் எம்.சி.500' இசைத் தொகுப்பி

இளையராஜாவிடம் ரஹ்மான் பணியாற்றியபோது 'சேம்பிளர்', 'மிடி' கீபோர்டு மட்டுமல்ல; 'ரோலேண்ட் எம்.சி.500(Roland MC500) என்ற சீக்குவென்ஸர்(Music sequencer) கருவியையும் பயன்படுத்தினார். இதை ஒரு இசைத் தொகுப்பு மற்றும் பதிவுக் கருவி எனலாம். அல்லது இசைத் தொகுப்பி என்று அழகு தமிழில் அழைக்கலாம். அன்று இதைக்கொண்டு என்ன செய்தார்கள்? ஒரு பாடலை இசையமைப்பாளர் முழுவதுமாக உருவாக்கிவிட்டார் என்று வைத்துக்கொள்ளுங்கள். பாடலின் மெட்டும், வரிகளும் பாடகரின் குரலும் அதன் இதயம் போன்றது என்றால், ரத்த ஓட்டம் போன்றது ஒரு பாடலின் இசைக்கோவை. அதன் ஒரு பகுதியாக இடம்பெறும் ரிதம் எனப்படும் தாளக்கட்டு (Rhythm), அதன் மற்றொரு பகுதியாகிய 'கீஸ்' எனப்படும் உபரி ஒலிகள் (Keys) ஆகியவற்றை அழகியல் கெடாமல் ஒரே கோவையாக தொகுத்து இந்த சீக்வென்ஸரில் பதிவு செய்துகொள்ளலாம். குரலையும் ஒலிகளையும் கணினித் தொழில்நுட்பம் வருவதற்கு முன்புவரை துல்லியமாக ஒத்திகைப்பார்த்து பாடகர்கள் பாட, வாத்தியக் கலைஞர்கள் அவரவர்க்குத் தரப்பட்ட இசைக்குறிப்புகளை சரியான இடங்களில்

வாசிக்க, மேக்னடிக் ஸ்பூல் டேப்பில் (magnetic spool tape recording) நேரடியாகப் பாடல் பதிவு செய்யப்பட்டது.

இப்படிச் செய்யும்போது பாடுவதிலோ, வாத்தியங்களை இசைப்பதிலோ தவறு நேர்ந்தால், மீண்டும் தொடக்கத்திலிருந்து ஒலிப்பதிவு செய்ய வேண்டி இருக்கும். அதேபோல் ஒலிப்பதிவு செய்து முடித்ததும் சின்னச்சின்ன மாற்றங்கள் செய்ய நினைத்தால் பாடகர், வாத்தியக் கலைஞர்களை மீண்டும் அழைத்து ரெக்கார்டிங் தியேட்டரில் அமரவைத்து மறுஒலிப்பதிவு செய்யவேண்டும். ஆனால் கணினித் தொழில்நுட்பத்துடன் உருவான சீக்வென்ஸரில் இதுபோன்ற மாற்றங்களை எளிதாகச் செய்துகொள்ளலாம். அதுமட்டுமல்ல; இசையமைப்பாளர் ஒரு பாடலுக்கான இசையை உருவாக்கும்போது தனது கற்பனையில் உருவாகும் அனைத்தையும் சீக்வென்ஸரில் பதிவுசெய்து வைத்துக்கொண்டு தேவைக்கும் அழகியலுக்கும் ஏற்ப பயன்படுத்தலாம். ரஹ்மான் 'புன்னகை மன்னன் '

படத்தில் பணியாற்றியபோது ஐந்து ஒலித்தடங்களில்(tracks) ஒலிகளையும் பிரித்து, தொகுத்து, பதிவுசெய்யும் வசதிகொண்டதாக 'ரோலேண்ட் எம்.சி.500' சீக்வென்ஸர் இருந்தது. இன்று நூற்றுக்கும் அதிகமான ஒலித்தடங்களில் இசையைத் தொகுத்து பதிவு செய்யும் தொழில்நுட்ப வசதி வந்துவிட்டது. அதைப்பற்றிப் பார்க்கும்முன் இளையராஜாவின் கோபத்துக்கு வருவோம்..

கற்பனையே பிரதானம்!

தன் கற்பனையில் உருவாகும் மெட்டைப் பிரசவிக்க இசையமைப்பாளர் தனக்கு மிகவும் பிடித்த எந்த இசைக் கருவியை வேண்டுமானாலும் பயன்படுத்தலாம். ஆனால் அவரிடம் கற்பனை இருந்தால்தான் இசை பிறக்கும். இன்னும் சொல்லப்போனால் கணினி இசையைப் பயன்படுத்தும்போது கற்பனையின் எல்லையை விரித்துக்கொள்ள தொழில்நுட்பம் உதவும் என்பதை நான் உணர்ந்திருக்கிறேன். பிறகு இளையராஜா ஏன் இப்படிப் பேசினார் என்று நான் யோசித்துப் பார்த்தபோது ஒன்று தெளிவாகப் புரிந்தது. இளையராஜா கொஞ்சம் கோபத்துடன் கூறிவிட்டாலும் 'கம்ப்யூட்டர் இசையே வேண்டாம்' என்ற முடிவுக்கு அவர் வந்திருக்க வாய்ப்பே இல்லை. ஒருசில புதிய இசை அமைப்பாளர்கள் கணினி இசையில் இன்று குவிந்துகிடக்கும் சேம்பிளர் மென்பொருட்களை மட்டுமே பக்கத்தில் வைத்துக்கொண்டு கற்பனையை தூரமாகத் தள்ளிவைத்து வண்டி ஓட்டுகிறார்கள். அவர்களைப் பார்த்து, 'நீங்கள் கொஞ்சம் மூளையையும் பயன்படுத்தி இசை அமையுங்கள்' என்பதைத்தான் அவர் அப்படிக் கூறினார் என்று எடுத்துக்கொண்டேன். அப்படிப் பார்த்தால் அவரது கோபம் நியாயமானதுதான் அப்படியானால் சேம்பிளர் மென்பொருட்களை மட்டும் வைத்துக்கொண்டு கீபோர்ட் மட்டுமே வாசிக்கத்தெரிந்த ஒருவர், இசையமைத்துவிடமுடியுமா?

03

பாடல் காட்சி 'இடைவேளை' ஆவது எப்போது?

கதவுகள் அடைக்கப்பட்ட இருட்டறையில் அமர்ந்திருக்கும்போது, திரையில் விரியும் உலகில் நம்மை ஒப்படைக்கிறோம். வெளியுலகை தற்காலிகமாக மறக்கச் செய்துவிடும், அந்தக் கதைக்களத்துக்குள் நம்மையும் பிரவேசிக்கச் செய்துவிடுவதுதான் உண்மையான திரை அனுபவமாக இருக்கமுடியும். முதல் காட்சியிலிருந்து பார்வையாளர்களின் உணர்வுகளை ஈர்த்துக்கொள்வதே ஒரு சிறந்த படம் எனலாம். அப்படியொரு படத்தை நாம் பார்த்துக்கொண்டிருக்கும்போது இடையூறுகள் ஏற்பட்டால், அந்தப் படம் தரும் திரை அனுபவத்தை நாம் இழக்க நேரிடும். இந்தியாவுக்கு வெளியே வேறு எந்த நாட்டின் சினிமாவிலும் 'இடைவேளை' என்ற இடையூறு கிடையாது. விடிய விடிய தெருக்கூத்துக் கலையை கண்டு வளர்ந்த நம் கலைமரபில், கட்டியக்காரனும் கோமாளியும் தோன்றி நம்மை மகிழ்வித்தபிறகே காவியக் கதாபாத்திரங்கள் தோன்றுவார்கள். அவர்கள்

தோன்றி நடிக்கும்முன் விடப்பட்ட இடைவேளைதான் நம் திரைப்படங்களுக்கும் இடம்பெயர்ந்தது. விடிய விடிய நடந்தேறும் கூத்துக்கலைக்கு இது சரி; ஆனால் சுருங்கச் சொல்லி காட்சிமொழியால் ஈர்க்கத் துடிக்கும் திரைக்கலைக்கும் இந்த இடைவேளை தேவைதானா? இன்னும் நாம் விவாதித்துக்கொண்டேதான் இருக்கிறோம்.

'சின்ன' இடைவேளைகள்?

ஏற்கெனவே இடைவேளைகள் நம் திரை அனுபவத்தின் நூலை அறுத்துவிடும்போது, இன்று பெரும்பாலான படங்களில் இடம்பெறும் பாடல் காட்சிகள் 'சின்ன' இடைவேளைகளாக மாறிவிடுகின்றன. பாடல் காட்சி வந்தாலே பார்வையாளர்களில் பலர், பாத்ரூமுக்கும் கேண்டீனுக்கும் எழுந்துசெல்வது அந்த பாடலின் குற்றமா என்றால் அந்தப் பாடலையும் படத்தையும் கூட்டு முயற்சியில் உருவாக்கிய பலருக்கும் அதில் பங்குண்டு என்பேன். என்றாலும் அதில் இசையமைப்பாளருக்கே அதிக பங்கிருப்பதையும் மறுப்பதற்கில்லை. இந்த இடத்தில் இசையமைப்பாளர் எங்கே கோட்டைவிடுகிறார் என்று பார்க்கும்முன் ஒரு பாடலின் அடிப்படையான வடிவம் பற்றித் தெரிந்துகொள்ளவேண்டியது மிக முக்கியம்.

இயக்குநர் பாடல் இடம்பெறும் சூழ்நிலையைக் கூறிவிடுவார். சூழ்நிலையும் பாடலின் வழியே நகரும் கதையும் அந்தப் பாடலின் மெட்டுக்கான கற்பனையை இசையமைப்பாளருக்குத் தூண்டிவிடுகின்றன. பாடல் இடம்பெறும் சூழ்நிலைக்குச் சற்றுமுன்பு அந்தப் பாடலில் பங்குபெரும் கதாபாத்திரங்களுக்கு என்ன நடந்தது, இந்தப் பாடலில் அவர்களுக்குள் என்ன நடக்கிறது என்பதை மெட்டும் அதன் குரலாக ஒலிக்கும் வரிகளும் வெளிப்படுத்திவிடுகின்றன. அதேநேரம் பாடல் வரிகளில் கொண்டுவரத் தேவையில்லாத உணர்வு வெளிப்பாடுகளையோ, அந்தப் பாடலில்

கதாபாத்திரங்களுக்குத் தெரிந்தோ, தெரியாமலோ நகரும் கதையின் ஒரு பகுதியாக நடக்கும் சம்பவங்களையோ பாடலின் இசைக்கோவையின்வழி வெளிப்படுத்த இயக்குநர் நினைக்கலாம். அதையும் பாடலுக்கான சூழ்நிலையை கூறும்போதே இயக்குநர் விளக்கிவிடுவார்.

பாடலின் நேர அளவும் வடிவமும்

இயக்குநர் கூறிய பாடலின் சூழ்நிலை, அதற்கு கதையை நகர்த்துவதில் எவ்வளவு பங்கிருக்கிறது என்பதைப் பொருத்து, எத்தனை நிமிட நேரம் கொண்ட பாடலை இடம்பெறச் செய்தால் கச்சிதமாக இருக்கும் என்பதை, அனுபவ மிக்க இசையமைப்பாளர் உடனே முடிவு செய்துவிடுவார். அதில் தொடக்க இசை(First BGM), பல்லவி, சரணங்கள், இசைக்கோவை ஆகியவற்றுக்கான கால அளவு எவ்வளவு என்பதைப் பிரித்துக்கொள்ளவேண்டும். இவை அனைத்தும் சேர்ந்து ஒரு பாடலுக்கான வடிவமும்(structure), அதன் வேகமும்(Tempo)பார்வையாளரை வசீகரிக்கும் மறைமுகமான கலை அம்சங்கள் எனலாம்.

திரைக்கதையைப் போலவே பாடலின் வடிவம் என்பதும் இன்று மாறிக்கொண்டே வந்திருக்கிறது. ஆனால் இசையமைப்பாளர்களால் அதிகமாகப் பயன்படுத்தப்படும் அடிப்படையான வடிவம் என்பது இன்றும் அதிகம் பின்பற்றப்படுகிறது. அதில் முதலில் இடம்பெறுவது தொடக்க இசை. அடுத்து பல்லவி, மூன்றாவதாக வருவது செகண்ட் பிஜிஎம். நான்காவதாக இடம்பெறுவது முதல் சரணம். அடுத்து பல்லவியின் இரண்டு வரிகள் திரும்பவும் இடம்பெறும். இதன்பிறகு மூன்றாவது பிஜிஎம். அடுத்து இரண்டாவது சரணம். இறுதியாக பல்லவியை முழுமையாகவோ அல்லது அதில் பாதியையோ இடம்பெறச் செய்து பாடலை முடித்துவிடலாம்.

மெட்டு, இயக்குநரால் ஏற்றுக்கொள்ளப்பட்டு இறுதிசெய்யப்பட்டபின், அதில் இடம்பெறும் பிஜிஎம்மை

வம்சம் படத்தில் அருள்நிதி சுனேனா

இசையமைக்கத் தொடங்குகிறார் இசையமைப்பாளர். கதாபாத்திரத்தின் உள்ளத்து உணர்ச்சிகளை மெட்டு வெளிப்படுத்துகிறது என்றால் அதில் இடம்பெறும் பிஜிஎம்மையும் மெட்டின் உணர்ச்சியை விட்டு விலகாத வண்ணம் இசையமைப்பது மிக முக்கியம். பிஜிஎம்மை போலவே குரலோடு இசைக்கும் உபரி ஒலிகளை 'பேக்கிங்'(Backing) என்போம். இந்த 'பேக்கிங்'கை பாடலுக்கான நகாசு வேலை என்று கூறலாம். இதைப்பற்றி விரிவாக இன்னொரு அத்தியாயத்தில் பார்போம். ஆனால் பாடல்களை இடைவேளைகளாக கருதிப் பார்வையாளர்கள் எழுந்துசெல்லாமல் இருக்க, அவற்றின் டெம்போ எனும் அம்சம் மிக முக்கியமானது.

மன்னாதி மன்னரும், உப்புக்கருவாடும்

நான் இசையமைத்த 'வம்சம்'படத்தில் 'மன்னாதி மன்னரு' பாடலை சூழ்நிலைக்கு ஏற்ற சரியான டெம்போவைக் கொண்ட பாடல் என்று கூறலாம்.

வெவ்வேறு குணங்கள், வெவ்வேறு குழுக்கள் என்று வீம்புடனும் வன்மத்துடனும் வாழும் மண்வாசனை மனிதர்களை ஒரே பாடலில் அறிமுகப்படுத்த வேண்டும். கதாபாத்திரங்களின் குணாதிசயத்துக்கு ஏற்ப பிஜிஎம்மின் டெம்போவை மாற்றி, ஏற்றி, இறக்கி இசையமைத்த அந்தப் பாடல் காட்சியில் ஒருவரும் திரையரங்கைவிட்டு எழுந்து வெளியே செல்லவில்லை. மெலடியான பாடல்கள் படத்தின் முதல்பாதியில் இடம்பெற்றுவிடும்.

இரண்டாம் பாதியில் மெலடிக்கு பெரும்பாலும் வேலை இருக்காது. தீர்வை நோக்கி நகரும் இரண்டாம்பாதியில் நாயகன், நாயகி இருவரும் மெலடி பாடிக்கொண்டிருக்க முடியாது. அவர்கள் இணைந்து பங்கேற்கும் கொண்டாட்டமான பாட்டுக்கான சூழல் இரண்டாம்பாதியில் அமைந்தால், அது 'முதல்வன்' படத்தில் இடம்பெற்ற 'உப்புக்கருவாடு' பாடலின் இசைபோல இறுதிவரை டெம்போ குறையாத பாடலாக இருக்க வேண்டும். பாடலின் இந்த வேகத்துக்கு கணினி இசை எப்படிக் கைகொடுக்கிறது என்பதை அடுத்து பார்ப்போம்.

04

இடைவெளியை நிரப்பும் இசை!

'முதல்வன்' படத்தில், தொலைக்காட்சிச் செய்தியாளர் அர்ஜுனுக்கும் கிராமத்துப் பெண்ணான மனிஷாவுக்கும் காதல். 'ஒருநாள்' முதல்வராக இருந்து அர்ஜுன் செய்த அதிரடியான தூய்மைப் பணியைப் பார்த்து, அவர் அரசியலுக்கு வர வேண்டும் என்று மக்கள் விரும்புகிறார்கள். ஆட்சியை இழந்த அரசியல்வாதிகளால் அர்ஜுன் உயிருக்கு எப்போது வேண்டுமானாலும் எந்த வடிவிலும் ஆபத்து வரலாம் என்ற நிலையில், இரண்டாம் பாதிக் கதை பரபரவென்று நகர்ந்துகொண்டிருக்கிறது.

இத்தனை பரபரப்புக்கிடையில் நாயகன் அர்ஜுன் தன் காதலியைச் சந்திக்க கிராமத்துக்கு வருகிறார். இயக்குநர் விரும்பிக் கேட்டுக்கொண்டதற்கு இணங்க, 'குறுக்கு சிறுத்தவளே', 'அழகான ராட்சஸியே' ஆகிய பாடல்களைப் போலவே இந்தச் சூழ்நிலைக்கான பாடலையும் இதயத்தின் அடியாழம்வரை ஊடுருவிச் செல்லும் மெலடியாக மெட்டமைத்து முடித்துவிட்டார் ரஹ்மான். பாடல் பதிவும் முடிந்துவிட்டது.

பாடலைக் கேட்ட இயக்குநர் ஷங்கர், அதில் விரவிக்கிடந்த காதல், மெட்டின் மென்மையில் உருகிப்போய்விட்டார். ஆனால், உதவி இயக்குநர்கள் பிடித்துக்கொண்டார்கள். "கதை இவ்வளவு வேகமாகச் சென்றுகொண்டிருக்கும்போது இப்படியொரு மெலடியை இடம்பெறச்செய்தால் அது சரியாக இருக்குமா?" என்று கேட்டு இயக்குநரிடம் விவாதிக்க ஆரம்பித்துவிட்டார்கள். விவாதத்தின் முடிவில் ஒரு முடிவுக்கு வந்தார்கள். இந்தப் பாடல் கதையின் வேகத்தைக் கட்டுப்படுத்தலாம், எனவே, கதையின் வேகத்துக்கு ஈடுகொடுப்பதுபோல் பாடல் வேகமாக இருக்க வேண்டும் என்று பேசி, முடிவுக்கு வந்தார்கள்.

இதற்காகக் காத்திருந்தவர்போல ரஹ்மான் உடனே இசையமைத்துக் கொடுத்த பாடல்தான் 'உப்புக் கருவாடு'. கதையின் போக்கிலிருந்து விலகாதபடி உச்ச வேகத்தில் செல்லும் பாடலாக உப்புக்கருவாடு அமைந்தது. அதனால், அது ஊறுகாயாக இல்லாமல் படத்தின் 'மெயின் டிஷ்'களில் ஒன்றாக மாறி பெரிய வெற்றியைப் பெற்றது.

முதல்வன் படத்தில் இயக்குநர் சங்கர், மணிஷா

கதையின் பயணம் எவ்வளவு வேகமாக இருக்கிறதோ அதனுடன் இணைந்து செல்லும் விதமாகப் பாடலின் வேகமும் இல்லாமல் போகும்போதுதான் எழுந்து பாத்ரூம் போக நினைக்கிறார்கள் ரசிகர்கள்.

இசைக்கான இடைவெளியைக் கண்டுபிடித்தல்

பாடலின் வேகத்தைப் போலவே, திரைக்கதையில் நிகழும் சம்பவங்களைப் பார்வையாளர்கள் நம்பும்படி செய்வதில் பின்னணி இசையின் டெம்போவும் முக்கியமானது. கதை வளர்ந்துகொண்டே செல்லும்போது காட்சியின் சூழ்நிலைக்கு ஏற்ப பின்னணி இசையின் வேகமும் அதன் தன்மையும் மாறிக்கொண்டே வர வேண்டும். காட்சி எவ்வளவு சிறப்பாகப் படமாக்கப்பட்டிருந்தாலும், நடிகர்கள் எவ்வளவு நடிப்பைக் கொட்டியிருந்தாலும் அந்த இரண்டு முயற்சிகளுக்கும் உயிர்கொடுக்கும் சூட்சுமம் பின்னணி இசையின் டெம்போவில்தான் அடங்கியிருக்கிறது. ஒரு காட்சிக்கு எந்த இடத்தில் எவ்வளவு டெம்போ கொடுத்தால் அது உயிர்பெறும் என்பது இசையமைப்பாளருக்குத் தெரிந்திருக்க வேண்டும்.

சிறப்பாகப் படமாக்கப்பட்டிருந்தும் டெம்போ சரியான அளவில் இல்லையென்றால் அந்தக் காட்சியைப் பின்னணி இசையே கெடுத்துவிடலாம். இந்த இரண்டையும்விட முக்கியமானது, காட்சிகளில் பின்னணி இசைக்கான இடைவெளிகளை விட்டு இயக்குநர் படமாக்கியிருப்பதை ஒரு சிறந்த இசையமைப்பாளர் உணர்ந்து இசையமைப்பது. அதற்காகவே விடப்படும் இடங்களை இசையால் நிரப்பி உயிரூட்டத் தெரிந்திருப்பதுதான் முக்கியமான வித்தை. இதற்கு கீபோர்டை மட்டுமோ ஏதோ ஒரு இசைக்கருவியையோ வாசிக்கத் தெரிந்திருந்தால் மட்டும் போதாது; லேட்டஸ்ட் சாம்பிளர் மென்பொருட்களை விலைகொடுத்து வாங்கி வைத்திருந்தாலும் இதைச் செய்துவிட முடியாது. நீண்ட, ஆழமான அனுபவம் தேவை.

இசையமைப்பாளரும் இயக்குநர்தான்!

படப்பிடிப்பு முழுமையாக முடிந்தபிறகு, ரஃப் கட் அல்லது டைரக்டர் கட் என்று சொல்லக்கூடிய முதல் கட்ட எடிட்டிங் பணியை முடித்துக்கொண்டுவந்து இசையமைப்பாளரிடம் படத்தைக் கொடுத்துவிடுவார்கள். அதில் நட்சத்திரங்கள் டப்பிங் பேசியது இருக்கும். சவுண்ட் எஃபெக்ட் என்று சொல்லக்கூடிய சிறப்பு ஒலிகளை மட்டும் சேர்த்திருக்கலாம். கிட்டத்தட்ட ஊமைப் படத்தைப்போன்ற இந்தப் பிரதியைப் பார்த்து இசையமைப்பாளர் அதற்குப் பின்னணி இசையால் உயிர் தர வேண்டும். கதையை ஏற்கெனவே இயக்குநர் இசையமைப்பாளருக்குக் கூறியிருந்தாலும் தற்போது கண்முன்னால் இருக்கும் பிரதியில் இருப்பது வேறொன்றாக இருக்கலாம்.

ஒவ்வொரு காட்சியாகக் கதை எப்படி விரிகிறது, கதாபாத்திரங்களாக நடித்திருக்கும் நடிகர்களின் வெளிப்படுத்தும் திறன் எந்த லெவலில் இருக்கிறது, காட்சியின் சூழலும் அதன் ஒளியும் இருளும் என்ன சொல்ல வருகின்றன, கேமரா கோணங்கள் உணர்த்துவது என்ன, மிக முக்கியமாக ஒரு காட்சி எங்கே தொடங்கி எங்கே முடிகிறது எனப் பல அம்சங்களைப் புரிந்துகொண்டு பின்னணி இசையை அமைக்கிறார் இசையமைப்பாளர். இந்த இடத்தில்தான் இசையமைப்பாளரும் ஒரு இயக்குநராகத் தன்னைக் கருதிக்கொண்டு பின்னணி இசையால் படத்தைத் தூக்கி நிறுத்த முயல்கிறார்.

இசைக்கான இடைவெளி!

ஒரு படத்தின் பின்னணி இசை எப்போது பாராட்டப்படுகிறது என்றால், கதாபாத்திரங்களின் உணர்வுகளையும் காட்சிச் சூழலின் உணர்ச்சியையும் அது பார்வையாளர்களுக்கு மிகச் சரியாகக் கடத்திவிடும்போதுதான். பின்னணி இசை வகிக்கும் பங்கை நன்கு அறிந்த, அனுபவம் மிக்க இயக்குநர்கள், காட்சிகளில் இசைக்கென்று இடைவெளிவிட்டு (musical

space) எடிட் செய்திருப்பார்கள். இப்படி இசைக்கான இடைவெளி விடப்பட்ட காட்சிகளில் இசை மெல்ல வளர்ந்து, அந்தக் காட்சியின் முழுமைக்கும் படர்ந்து, அதற்கு உயிர்கொடுக்கும்.

இப்படி இயக்குநரால் உருவாக்கப்பட்ட இசை இடைவெளிகளை மிகச் சிறப்பாக இசையமைப்பாளர் நிரப்பிய பல படங்கள் பெரும் வெற்றியைப் பெற்றிருக்கின்றன. அவற்றில் ஒன்று பாலா இயக்கி இளையராஜா இசைமைத்த ‘சேது’ படம். அந்தப் படத்தில் இளையராஜா, லைவ் வாத்தியக் கருவிகளை அதிகமாகப் பயன்படுத்தி (லைவ் ஆர்கெஸ்ட்ரா) பாடல்களையும் பின்னணி இசையையும் அமைத்திருந்தார்.

கணினி இசையும் ‘லைவ்’ இசையும்!

இன்றைய கணினி யுகத்தில் மனிதர்கள் செய்ய வேண்டிய பல நாள் உழைப்பைக் கணினி குறைந்த நேரத்தில் செய்து முடித்துவிடுகிறது. இதற்குத் திரையிசையும் விலக்கு கிடையாது. பொதுவாக வாத்திய இசைக் கலைஞர்கள்தான் கணினித் தொழில்நுட்பத்தால் நேரடியாகப் பாதிக்கப்பட்டிருக்கிறார்கள்; அவர்கள் வேலையிழந்துவிட்டார்கள் என்ற கருத்து அழுத்தமாகப் பரவிவருகிறது. உண்மையும் அதுதான்.

வாத்திய இசைக் கலைஞர்களின் உதவியில்லாமல் கணினி தானாக ஒன்றைச் செய்துவிடுவதில்லை. அதேபோல் வாத்திய இசைக் கலைஞர்களின் பங்களிப்பு இல்லாமல் எந்த இசை மென்பொருளும் சந்தையில் உருவாவதில்லை. அவற்றில் சில ஈஸ்ட் வெஸ்ட், பிக் பிஷ், இசை சாப்ட்வேர் தொகுப்புகள். (திரையிசை உலகைக் கலக்கிவரும் இந்த மென்பொருட்களின் பின்னணியை அலசுவோம்.)

05

சேம்பிள் இசையில் ஜீவன் உண்டா?

பல பாடல்களின் இசையும் வரிகளும் கிளறிவிடும் நினைவுகள் இனிமையானவையாக இருக்கலாம். வேறு சில, நாம் மறக்க நினைக்கும் கசப்பான நினைவுகளை நம் கண்ணீர் திரையில் ஓடவிட்டு வலியைக் கூட்டலாம். 2009ம் ஆண்டுக்குப் பிறகு ‘விடை கொடு எங்கள் நாடே’ பாடலைக் கேட்கவோ பார்க்கவோ நேரும்போது, நம்மில் பலருக்கு இதுதான் உணர்ச்சி நிலை. அப்பாவி ஈழத் தமிழ் மக்கள் தங்கள் உயிரைக் காப்பாற்றிக்கொள்ள எஞ்சியிருக்கும் மூட்டை முடிச்சுகளைத் தலையிலும் தோளிலும் சுமந்துகொண்டு, அதைவிடவும் அதிகமான சுமையை மனதில் சுமந்தபடி, சாரை சாரையாகச் சொந்த மண்ணிலேயே இடம்பெயரும் காட்சியைக் கண்முன் நிறுத்திய அந்தப் பாடல் இடம்பெற்ற படம் ‘கன்னத்தில் முத்தமிட்டால்’.

'விடை கொடு எங்கள் நாடே
கடல் வாசல் தெளிக்கும் வீடே
பனை மரக் காடே, பறவைகள் கூடே
மறுமுறை ஒரு முறை பார்ப்போமா?
உதட்டில் புன்னகை புதைத்தோம்
உயிரை உடம்புக்குள் புதைத்தோம்
வெறும் கூடுகள் மட்டும் ஊர்வலம் போகின்றோம்..'

என்று அன்றைய ஈழத்தின் அவலச் சித்திரத்தைத் தன் வரிகளில் அழுத்தி எழுதிவிட்டார் கவிப்பேரரசு வைரமுத்து. கருவிகளின் ஆதிக்கம் இல்லாமல் மெட்டின் மூலமே உயிரின் வலியை இதில் ஒலிக்கவிட்டார் ஏ.ஆர்.ரஹ்மான். கடின மனம் கொண்டவர்கள் இந்தப் பாடலைக் கேட்க நேர்ந்தால்கூட, உள்ளத்துள் ஒரு துளி ஈரத்தையாவது கசியவிடாமல் இந்தப் பாடல் கடந்து போகாது. வாழ்க்கை முழுவதுமே போர் என்னும் புயல் வீசிக்கொண்டிருப்பதை அழுத்தமாக உணர்த்த, இந்தப் பாடலின் பின்னணியில் துதுக் (duduk) என்ற காற்றிசைக் கருவியைப் பயன்படுத்தினார் ரஹ்மான்.

அந்தப் பாடல் வெளிவந்தபோது, 'இது என்ன இசைக்கருவி?' என்று இசைக் கலைஞர்களையும்

கண்ணத்தில் முத்தமிட்டால் படத்தில்
'விடை கொடு எங்கள் நாடே' என்ற பாடல் காட்சி

ரசிகர்களையும் கேட்க வைத்தது. ஆர்மீனிய நாட்டைச் சேர்ந்த ஆதி இசைக் கருவியான துதுக் ஒரு பெரிய குழல் போன்றது. இதன் ஒலியை சேம்ப்ளர் மூலம்தான் இங்கே அறிமுகமானது. ஆனால், சேம்ப்ளரில் இருந்த துதுக் இசை ஒலிகளைப் பாடலுக்குப் பயன்படுத்த ரஹ்மான் விரும்பவில்லை.

துதுக் உருவாக்கும் வலிமிகுந்த இசையை 'லைவ்' சவுண்டாக எடுக்க விரும்பி, அந்தக் கருவியையே இறக்குமதி செய்தார். நவீன் என்ற புல்லாங்குழல் கலைஞரை அதில் பயிற்சி எடுக்கச் செய்து, பின் வாசிக்கச் செய்து அதையே 'விடைகொடு எங்கள் நாடே' பாடலின் பின்னணியில் பயன்படுத்தினார். இதுபோல் சேம்ப்ளர் இசை வழியே அறியவந்த எத்தனையோ புதிய கருவிகளைத் தருவித்து ரஹ்மான் லைவ் ஆகப் பயன்படுத்தினார்.

வந்துசேரும் புதிய இசை!

'சேம்பிள் ஒலிகளில் ஜீவன் இருக்காது' என்ற கருத்து இசை விமர்சகர்கள் உட்பட இன்று பலரிடமும் பரவி இருக்கிறது. ஆனால், அது உண்மையல்ல. சேம்ப்ளர்களில் பதியப்பட்டிருக்கும் இசை நோட்டுக்கள் அனைத்தும் 'லைவ்' முறையில் கலைஞர்களை வாசிக்க வைத்து, உயர்தரமான ஒலிப்பதிவுத் தொழில்நுட்பத்தில் பதிவு செய்யப்பட்டே பின்னரே சேம்ப்ளர் மென்பொருட்களில் உள்ளீடு செய்யப்படுகின்றன.

சேம்ப்ளர்கள் மூலம் நமது இந்திய பாரம்பரியக் கருவிகளின் இசை ஒலிகள் மட்டுமல்ல; உலகின் பல்வேறு நாடுகளில் பிரபலமாக இருக்கும் இசைக் கருவிகளின் ஒலிகளும் 'லைவ்'வாக இசைக்கப்பட்டு, பின் அவை ஒலிப்பதிவு செய்யப்பட்டு உலகம் முழுவதும் இன்று சேம்ப்ளர்களாகப் பரவலாக்கப்பட்டிருக்கின்றன. இதைக் கையாளும் இசைக் கலைஞர்கள், தமது ரசிகர்களுக்கு அவர்கள் அறியாத தேசங்களின் இசையைக் கேட்கும் அனுபவத்தை அமைத்துக் கொடுக்கிறார்கள்.

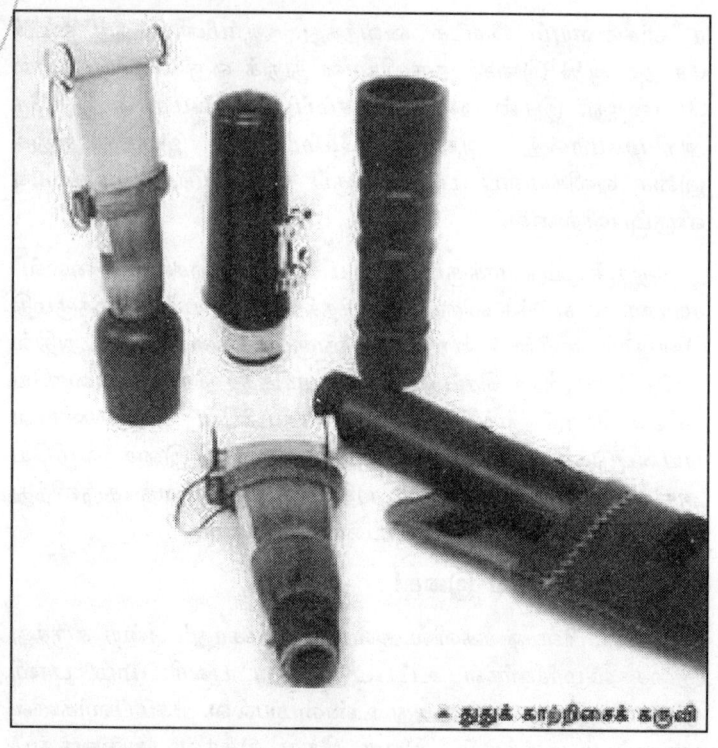

- துதுக் காற்றிசைக் கருவி

உண்மை நிலை!

இப்படிப்பட்ட திரையிசைப் பின்னணியில்தான் கணினி ஆதிக்கத்தின் அதிகரிப்பால் லைவ் வாத்தியக் கலைஞர்கள் வேலையிழந்திருக்கிறார்களா என்ற கேள்வியும் எழுந்திருக்கிறது. இசைக் கலைஞர்களின் உதவியில்லாமல் கணினி தானாக ஒன்றைச் செய்துவிடுவதில்லை.

இன்று எல்லா இசையமைப்பாளர்களும் லைவ் ஆர்கெஸ்ட்ரா பயன்படுத்தவே ஆசைப்படுவார்கள். அப்படி இசையமைக்கும்போதுதான் அந்தப் பாடலின் தரம் உயர்ந்து, அவரும் பெரிதாகப் பேசப்படுவார். ஆனால், இன்று பெரிய பட்ஜெட் படங்களுக்கு மட்டுமே லைவ் ஆர்கெஸ்ட்ரா ஒலிப்பதிவு செய்யப்படுகிறது. சிறிய

பட்ஜெட் படங்களுக்கு லைவ் ஆர்கெஸ்ட்ரா முறை ஒத்து வருவதில்லை. காரணம் பட்ஜெட். உண்மையில் பெரிய இசையமைப்பாளர்களிடம் பணியாற்றும் இசைக் கலைஞர்கள், அங்கு வாங்குகிற சம்பளத்தையே சிறிய பட்ஜெட் படங்களுக்கும் நிர்ணயம் செய்துவிடுவதால், இவர்களைப் பயன்படுத்துவதைவிட, கணினியை நாடி விடலாம் என்ற எண்ணம் வருவதும் இயற்கைதானே? அந்த இடத்தில்தான் சேம்ப்ளர்கள் பலருக்குக் கைகொடுக்கின்றன.

SPECTRASONICS, NATIVE ISTRUMENTS, IK MULTIMEDIA, KONTANT, EAST WEST, ZERO - G, BIG FISH, KOMPLETE, இசை மென்பொருள் தொகுப்புகள்தாம் இப்போது சேம்ப்ளர் சந்தையில் முக்கியமான அம்சங்களாக இருக்கின்றன. வி.எஸ்.டி. ப்ளகின்ஸ் (VST plugins) என அழைக்கப்படும் சேம்ப்ளரை இன்று பயன்படுத்தாத இசையமைப்பாளர்களே இருக்க முடியாது எனலாம். கிழக்கு ஆப்பிரிக்கா, தென் ஆப்பிரிக்கா போன்ற நாடுகளின் பாரம்பரிய இசையைத் தொகுத்திருக்கிறது இந்த வி.எஸ்.டி. நிறுவனம். இந்த நிறுவனம் தற்போது இந்தியப் பாரம்பரிய இசைக் கருவிகளின் ஒலிகளையும் இசை மென்பொருள் தொகுப்புகளாக உருவாக்கியிருக்கிறது. இதற்காக இந்தியாவின் பாரம்பரிய இசைக் கலைஞர்கள் பெருமளவு பயன்படுத்தப்பட்டிருக்கிறார்கள். மிகச் சிறப்பாக உருவாக்கப்பட்டிருக்கும் அந்த வி.எஸ்.டி பிளக் இன் மென்பொருளை நமது தமிழ் சினிமா உட்பட உலகமே தற்போது பயன்படுத்துகிறது.

தரம் குறையாத லைவ் இசை!

லைவ் ஆர்க்கெஸ்ட்ரா என்று குறிப்பிட்டேன் அல்லவா? அந்தத் தரத்துக்குச் சற்றும் குறையாமல் இருக்கும் இந்த மென்பொருளில் உள்ளிடப்பட்டிருக்கும் வாத்திய ஒலிகள். இந்தத் தரமும் நேர்த்தியும் இந்த மென்பொருளுக்குள் எப்படி வந்தது தெரியுமா?

நாம் பொதுவாக ஐம்பது இசைக் கலைஞர்களை வைத்துக்கொண்டு ஒரு லைவ் ஆர்க்கெஸ்ட்ரா செய்கிறோம் என்று வைத்துக்கொள்ளுங்கள். இந்த மென்பொருளுக்காக நூறு கலைஞர்கள் வாசித்திருப்பார்கள். அதைக் கேட்கிறபோது ஒலி அப்படியே காதுக்குள் இறங்கி, மனசுக்குள் பிரம்மாண்டமாய் நிறைவதை உணர முடியும். ஆனால், இங்கும் ஒரு வித்தை இருக்கிறது. எல்லா இசையமைப்பாளர்களாலும் இந்த மென்பொருளை முழுமையாகக் கையாண்டுவிட முடியாது. உதாரணமாகக் கடையில் விற்கிற ஒரே மாதிரியான மசாலா பொடிதான். ஆனால், வீட்டுக்கு வீடு சுவை மாறுகிறது அல்லவா?

அப்படித்தான் இதைக் கையாள்கிற இசையமைப்பாளருக்கு திறமையும் தேவைப்படுகிறது. ஒரு புல்லாங்குழலோ வயலினோ கீபோர்டில் இசைக்கப்படுகிறது என்றாலும் கூட, நடுவில் ஃபெர்பாமென்ஸ் டூல் (performance tools) என்றொரு சாஃப்ட்வேரும் தேவைப்படுகிறது. இதைப் பயன்படுத்தும்போதுதான், இந்த இசை அப்படியே லைவ் ஆர்கெஸ்ட்ரா போல முழுமை அடைகிறது. ஏ.ஆர்.ரஹ்மான், ஹாரிஸ் ஜெயராஜ் போன்ற சில இசையமைப்பாளர்கள் இந்த மென்பொருளை மிக நேர்த்தியாகக் கையாள்கிறார்கள். அதுபற்றி அடுத்த அத்தியாயத்தில் அலசுவோம்.

06

விரல்களின் வழியே வெளிப்படும் கற்பனை!

சிவாஜி, எம்.ஜி.ஆர் இருவருக்குமான திரை பிம்பங்களைக் கட்டமைத்ததில் 'கவியரசர்' கண்ணதாசனின் பாடல் வரிகளுக்கும் கணிசமான பங்குண்டு. அவர்களுக்குப் பிறகு, கமல், ரஜினியின் காலம் தொடங்கியபோது கண்ணதாசனும் தொடர்ந்தார். பல சீனியர் இயக்குநர்களுடன் பணியாற்றிய கண்ணதாசன் அன்று புதுமைகளையும் புதிய திறமைகளையும் அறிமுகம் செய்துவந்த 'இயக்குநர் சிகரம்' கே.பாலசந்தரின் சில படங்களுக்கு பாடல்கள் எழுதினார். "பாலசந்தர் படங்களுக்குப் பாடல் எழுதுவது என்றால் அது இனிய அனுபவமாக அமைந்துவிடும்" என்று கவியரசர் கூறியதற்குக் காரணமாக அமைந்த பல பாடல்களில் ஒன்று,

'ஏழு ஸ்வரங்களுக்குள் எத்தனை பாடல்
இதயசுரங்கத்துள் எத்தனை கேள்வி

காணும் மனிதருக்குள் எத்தனை சலனம் - வெறும்
கற்பனை சந்தோஷத்தில் அவனது கவனம்...'

கதாபாத்திரங்கள், அவர்கள் சந்திக்கும் சூழ்நிலைகள், எதிர்கொள்ளும் மனமாற்றங்களுக்கு, ராகங்கள் மற்றும் தாளங்களின் பெயர்களைச் சூட்டி, மனித வாழ்க்கையை இசைமொழிக்குள் அடக்கிவிடலாம் என்று 'அபூர்வ ராகங்கள்' படத்தில் காட்டினார் பாலசந்தர். நடிகர்களுக்காக அல்லாமல் கதாபாத்திரங்களுக்காக பாடல்கள் எழுதும் வாய்ப்பு கண்ணதாசனுக்கு இந்தப் படத்திலும் அமைந்தது.

அவர் எழுதிய 'ஏழு ஸ்வரங்களுக்குள் எத்தனை பாடல்' பந்துவராளி, ரஞ்சனி, சிந்து பைரவி, காம்போதி ஆகிய நான்கு ராகங்களின் கலவையில் எம்.எஸ்.வியால் இசையமைக்கப்பட்டது. கதையையும் கதாபாத்திரங்களையும் முன்னிறுத்தி எம்.எஸ்.வியால் செய்யப்பட்ட இசைப் பரிசோதனை என்றே இந்தப் பாடலைக் குறிப்படலாம். இசை என்று வந்துவிட்டால் 'ஸ ரி க ம ப த நி' என்கிற இந்த ஏழு எழுத்துகளை

(ஸ்வரங்களை) உச்சரிக்கும்போது உருவாகும் ஒலியைத்தான் நாம் அடிப்படையான மியூசிக் நோட்டாக (music note) வைத்திருக்கிறோம். (உண்மையில் 12 ஸ்வரங்கள்). ஆனால் சாதாரண ஏழு எழுத்துக்களை உச்சரித்தால் எப்படி இசை உருவாகும் என்று நீங்கள் கேட்கலாம். இந்த எழுத்துக்களைக் குறிப்பிட்ட கால அலகில் (Note duration) உச்சரித்துப் பாடும்போதுதான் அவை இசை ஸ்வரங்களாக மாறுகின்றன. நம் கற்பனையில் பிறக்கும் மெட்டுக்களை இந்த ஏழு ஸ்வரங்களின் கட்டுக்கோப்புக்குள் அடக்கிவிடலாம். இசைக் கருவிகளை வாசிக்கும்போதும் இதுதான் அடிப்படையான இசை இலக்கணம்.

விரல்களின் வழியே

ஒரு வாத்தியத்தின் ஒலிகளை சேம்பிள்களாக உருவாக்குகிறோம் என்று வைத்துக்கொள்ளுங்கள். இந்த ஏழு சுரங்களில் அதன் ஒலிகளை (notes) வாசிக்கச் செய்து அவற்றைத் தனித் தனி ஒலிகளாக சேமித்துத் தருவதுதான் சேம்பிள் தயாரிப்பாளரின் வேலை. இன்னும் சற்று எளிமையாகக் கூற, நம் பண்பாட்டில் இரண்டறக் கலந்துவிட்ட தாள வாத்தியமான தவிலை எடுத்துக்கொள்வோம். 15ம் நூற்றாண்டில் அருணகிரி நாதர் பாடிய திருப்புகழில் பல இடங்களில் தவில் பற்றிக் குறிப்பிடப்பட்டிருக்கிறது என்றால் தவிலின் பழமையைப் பாருங்கள். தவிலிலிருந்து பிறக்கும் ஒலி கணீரென்று இருந்தாலும் காதுக்கு இனிமையாக ஒலிப்பதால் அதை ரசிக்கிறோம். தவிலின் உருளை வடிவிலான பகுதியை பலா மரத்தினால் செய்கிறார்கள். ஒலியின் தரம் குறையாமல் இருக்கவும் அதன் அதிர்வுகளில் பிசிறு தட்டாமல் இருக்கவும்தான் இந்தப் பலா மரம். ‘தவிலுக்கு இரு பக்கமும் இடி’ என்ற பழமொழியை இன்றும் நாம் பயன்படுத்துகிறோம். இரு பக்கமும் அடிவாங்கினாலும் இனிய ஒலியை மட்டுமே வெளிப்படுத்தும் தவிலின் சிறிய பக்கத்துக்குப் பெயர், ‘தொப்பி’. பெரிய பக்கத்துக்கு பெயர்

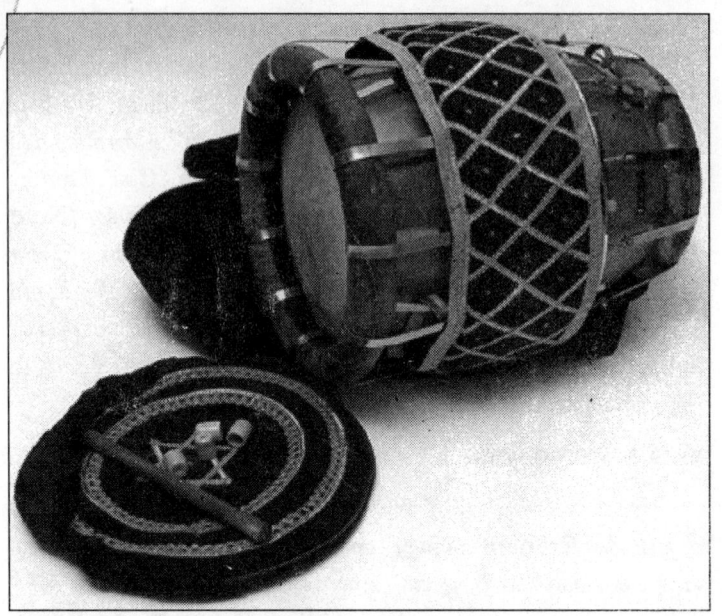

'வலந்தலை'. பெரிய பக்கத்தை விரல்களில் கவசம் போன்ற கூடுகள் மாட்டிக்கொண்டு வாசிப்பார்கள். சிறிய பக்கத்தை வைரம்பாய்ந்த குச்சியைக் கொண்டு வாசிப்பார்கள். இத்தனை நுட்பமும் இலக்கணங்களும் கொண்ட தவிலில் அடித்து முழங்கப்படும் அடிப்படையான அடிமுறை இவைதான்.

'த கி தொம் நம் ஜம்'

'த கி தொம் நம் கி ட ஜம்'

ஏழு ஜதிகளுக்குள் அடங்கிவிடும் இந்த அடிமுறைகளை தவில் கலைஞர்களை அழைத்து, ஒவ்வொரு அடியையும் தனித்தனியே வாசிக்க வைத்து சேம்பிள் ஒலிகளாகப் பதிவுசெய்து கொள்கிறார்கள்.

உதாரணமாக 'த கி தொம் நம் ஜம்' என்ற அடி வரிசையில் 'த' என்பது ஒரு சேம்பிள், 'கி' என்பது ஒரு சேம்பிள், 'தொம்' என்பது ஒரு சேம்பிள், 'நம்' என்பது

ஒரு சேம்பிள், 'ஜம்' என்பது ஒரு சேம்பிள். இப்படி தனித்தனியே இசைக்கப்பட்டுப் பதிவு செய்யப்பட்ட தவில் சேம்பிள்களைப் பயன்படுத்தி, பாடலுக்கான அடிப்படை ரிதம் கம்போஸ் செய்யப்படுகிறது அல்லது பின்னணி இசைக்கோவையில் ஒரு சரடாகப் பயன்படுத்தப்படுகிறது என்று வைத்துக்கொள்ளுவோம். இப்போது அதைச் செய்யும் கம்போஸர், தன் கைவிரல்களைக் கொண்டு வாசிக்க, தனக்கு ஏற்ற வசதியுடன் இருக்கும்படி, மிடி கீபோர்ட் கருவியின் கருப்பு வெள்ளை கீக்களில் (Black and white keys) தனது வசதிக்கு ஏற்றபடி அசைன் செய்துகொள்ளலாம். அதேபோல் ரிதம் பேடிலும் அசைன் செய்து கொள்ளலாம். இப்படி சேம்பிள் ஒலிகளை வசதிக்கேற்ப அசைன் செய்துகொண்டதும் தவில் இல்லாமலேயே, உங்கள் கற்பனை விரல்வழியே வெளிப்பட்டு, தாளத்தை வடிவமைக்கிறது.

இசையொலியின் அழுத்தம்

தவில்தான் என்றில்லை, எந்த இசைக்கருவியாக இருந்தாலும் அதன் அடிப்படை ஒலிகளை சேம்பிள் செய்து மிடி கீ போர்டு அல்லது மிடி பேட் வழியாக வாசிக்கலாம். கணினித் தொழில்நுட்பம் தந்திருக்கும் இந்த வரத்தை இசையமைப்பாளர்கள் தங்களது அனுபவத்தைக் கொண்டு எப்படிப் பயன்படுத்துகிறார்கள் என்பதைப் பொறுத்தே அது இரைச்சலற்ற இசையாக மாறுகிறது.

ஒரு வாத்தியத்தில் இசைக்கப்படும் பல நுட்பமான, தனித்த ஒலிகளை வாசிக்க வேண்டுமானால், அவர் தனது விரல்களால், அல்லது மூச்சுக் காற்றால் எவ்வளவு அழுத்தம் கொடுத்தால் (velocity) அந்த குறிப்பிட்ட ஒலியைப் பெறமுடியுமோ அந்த அளவு மட்டுமே அழுத்தம் கொடுத்து வாசிப்பார். இது அந்தக் கலைஞர்களுக்கு அனுபவத்தில் உருவாகும் கலைத்திறன். உதாரணமாக உறுமி மேளத்தில் வளைந்த குச்சியை வைத்துத் தேய்த்து 'பூம்..பூம் பூம்ம்ம்.. பூம்.' என்ற சத்தத்தை உருவாக்க

அதில் கைதேர்ந்த கலைஞரால்தான் முடியும். உறுமியின் அடிப்படை இசையொலிகள் பதிவு செய்யப்பட்ட சேம்ப்ளரைப் பயன்படுத்தும் கம்போஸர் தன் விரல்களுக்கு எவ்வளவு அழுத்தம் கொடுத்தால் தனக்குத் தேவைப்படும் அசலான 'பூம் பூம்ம்' ஒலியைப் பெறமுடியும் என்பது அவரது அனுபவத்தை பொறுத்தது.

இவ்வாறு சேம்பிளரிலிருந்து உருவாகும் இசை, 'லைவ் சவுண்டு'க்கு இணையாக இருக்கும் என்று கூறமுடியும். இதைத் தாண்டி சேம்ப்பளர் ஒலிகளை இசையாக மாற்றுவதில் ஒரு முக்கிய குறைபாடு இருக்கிறது. சேம்ப்பளரில் பதிவு செய்யப்பட்டிருக்கும் ஒரு வாத்தியத்தின் ஒலிகளை வாசிக்கும்போது, அவை 'கட் நோட்'டாக ஜீவனற்றத் தன்மையுடன் இருக்கும். இப்படியிருக்கும் சேம்பிள்களை வாசித்தால் அவற்றுக்கு இடையே 'இணைப்பு' என்பது இருக்காது. இவற்றுக்குள் ஒரு இணைப்பை உருவாக்கி அழகுபடுத்த, இரண்டுக்கும் தொடர்புடைய ஒரு 'ரிலேட்டிவ் நோட்' தேவை. இப்போது சேம்பிள் ஒலிகளுக்கு இடையே ஃபெர்பார்மென்ஸ் டூல் (performance tools) மென்பொருளைப் பயன்படுத்தும்போது 'லைவ்' இசைக்கான ஜீவன் கிடைத்துவிடும்.

இத்தனை வசதிகளைக் கணினி இசை அள்ளிக்கொடுத்தாலும் கதையும் களமும் கோரும் ஒரு தனித்த இசையை அதிலிருந்து உருவாக்க முடியாது என்பதற்கு, எனது இசையமைப்பில் வெளிவரயிருக்கும் 'நெடும்பா' திரைப்படம் மிகச் சிறந்த உதாரணம். மலைவாழ் பழங்குடி மக்கள் இசைக்கும் கருவிகள் எந்த சேம்ப்பளரிலும் சேமிக்கப்படாதபோது, அதற்காக நான் என்ன செய்தேன் என்பதை தொடர்ந்து பார்க்கலாம்.

07

பெயரிடப்படாத கருவிகளின் இசை!

'கடல்' எனும் பிரம்மாண்டத்துக்கு அடுத்து, இயற்கையின் கம்பீரமான ஆட்சி நடப்பது மலையும் வனமும் இணைந்த குறிஞ்சி, முல்லை நிலப் பகுதிகளில்தான். மலைகளையும் மலைத் தொடர்களையும் தேடிச்சென்று பார்க்கும்போதெல்லாம் நமது தலைக்கனம் தவிடுபொடியாகிவிடுகிறது. ஜென் துறவிகள் ஏன் இயற்கையின் மடியிலேயே அதிகமும் வாழத் தலைப்பட்டனர் என்பதை அங்கே செல்லும்போது உணர்ந்துவிடலாம். இயற்கையின் தரிசனங்களை, காலம் காலாவதி ஆக்க முடியாத ஹைகூ வடிவங்களாக அவர்கள் கவிதைகளில் வடித்துச் சென்றார்கள். ஒருமுறை நான் ஆனைமலைக்குச் சென்றபோது, இயற்கை எழுதும் பல ஹைகூக்களை அங்கே நேரடிக் காட்சிகளால் கண்டுணர்ந்தேன். எங்கே இருக்கிறது ஆனைமலை?

தமிழ்நாடு, கேரளா, கர்நாடகா, கோவா, மகாராஷ்டிரா ஆகிய ஐந்து மாநிலங்களை ஒரு தாயைப் போல் பாசமுடன்

அணைத்துக்கொண்டிருக்கும் மேற்குத் தொடர்ச்சி மலையில் இருக்கிறது. இதுமட்டும் இல்லாவிட்டால் நமக்குத் தென்மேற்குப் பருவமழை என்பதே கிடையாது. உலகப் பாரம்பரிய பட்டியலில் இடம்பெற்றிருக்கும் நமது மேற்குத் தொடர்ச்சி மலையின் பல பகுதிகளுக்கு, வாய்ப்பு அமையும்போதெல்லாம் பயணித்திருக்கிறேன். கேரளத்தின் இடுக்கி மாவட்டத்தில் உள்ள ஆனைமுடி சிகரம்தான் தென்னிந்தியாவிலேயே உயரமான இடம். அந்தப் பகுதிக்குச் செல்லும்போது காற்று குழல் வாசிப்பதை நீங்கள் கேட்கலாம். கணவாய் வழியே புகுந்து வரும் காற்றின் ஓசை, கலப்படம் செய்ய முடியாத தாய்ப்பாலைப்போன்ற இயற்கையின் இசை என்பேன்.

ஆனைமலை போன்ற பல மலை ஊர்களுக்குச் சென்றுவரும்போதெல்லாம் அங்கே வாழும் மலைவாழ் பழங்குடி மக்களின் இசைக்கருவிகளை வாங்கி ஸ்பரிசித்து, அவற்றை அங்குள்ள கலைஞர்களையே இசைக்கச் செய்து கேட்ட அனுபவங்கள் உண்டு. காட்டையும் மலையையும் கதைக்களமாகக் கொண்ட தமிழ்ப் படங்களில், அவர்களின் கருவிகளைப் பயன்படுத்தி இசையமைக்க முற்பட்ட முயற்சிகள் எதுவும் தமிழில் இல்லை. ஆனால், முக்கிய கதாபாத்திரங்கள் வாழும் நிலப் பகுதியில், கலாச்சாரரீதியாகப் பயன்படுத்தப்பட்டுவரும் இசைக் கருவிகளை வாசித்துக் கிடைக்கும் இசையை பயன்படுத்துவத்துவதன் மூலம், கதை மற்றும் கதாபாத்திரங்களின் வாழிடம் குறித்த நம்பகத் தன்மையைப் பார்வையாளரிடம் ஏற்படுத்த முடியும்.

மலையின் சித்திரத்தை வரைந்து காட்டிய பாடல்

அப்படி மலையின் வாழ்க்கையைத் தோராயமாகவேனும் நினைவூட்டுவதுபோன்ற இசை ஏதும் தமிழ்த் திரையில் இடம்பெற்றிருக்கிறதா என நான் எண்ணும்போதெல்லாம் என் காதுக்குள் மெல்ல ஒலிக்கத் தொடங்கும் ஒரே பாடல்..

‘ஆசையக் காத்துல தூது விட்டு
ஆடிய பூவுல வாடை பட்டு
சேதிய கேட்டொரு ஜாடை தொட்டு
பாடுது பாட்டு ஒண்ணு
குயில் கேட்குது பாட்டை நின்னு’.

மகேந்திரன் இயக்கத்தில் வெளியான ‘ஜானி’ படத்தில் இடம்பெற்று நீண்ட ஆயுளுடன் வலம் வந்துகொண்டிருக்கும் பாடல். இரண்டு நாயகர்களில், நாயகியின் மனதில் இடம்பிடித்தவனுக்கு எதிர்பாராத நெருக்கடி. மலைவாழ் மக்களின் குடியிருப்புப் பகுதியில் ஒளிந்திருக்கும் அவனுக்கு அடைக்கலம் கொடுக்கிறாள், அங்குவாழும் ஒரு பெண், எங்கிருந்தோ வந்தவனுக்கு, ‘உன் வாழ்க்கையைச் சூழ்ந்த மேகங்கள் விலகிச் செல்லும்’ என்று நம்பிக்கை தரும் வார்த்தைகளால் ஒத்தடம் தருகிறாள்.

அவள் காட்டும் இரக்கமும் அவன் காட்டும் நன்றியும் அங்கே இயற்கையின் இசையை ஊற்றெடுக்க வைக்கின்றன. தாளமும் குழலும் இணைந்த அம்மலையின் இசையென நம்மை நம்ப வைத்துவிடுகிறது ‘மண்ணின் இசை’க்கு அதிபதியான ராஜாவின் இசைக் கற்பனை. எஸ்.பி.சைலஜாவின் ஏக்கமான குரலில் காலத்தைக் கடந்து மனதை வருடியபடியிருக்கும் இந்தப் பாடல், இன்னும் வானொலிகளின் வழியே காற்றில் தவழ்ந்துகொண்டே, ஒலிக்கும் ஒவ்வொருமுறையும் மலையின் சித்திரத்தை நமக்கு வரைந்து காட்டி, ஓர் அடர்ந்த வனம்போர்த்திய மலையில் இருப்பதுபோன்ற உணர்வை நமக்குத் தந்துவிடுகிறது.

இதுபோல் இல்லாவிட்டாலும், மலை மக்களின் மாசுபடாத வாழ்க்கையைக் கூறும் ஒரு படத்துக்காகவாவது இசையமைத்துவிட வேண்டும் என்று எண்ணிக்கொண்டிருந்தபோதுதான் ‘நெடும்பா’ படத்துக்கு இசையமைக்கும் வாய்ப்பு எனைத் தேடி வந்தது.

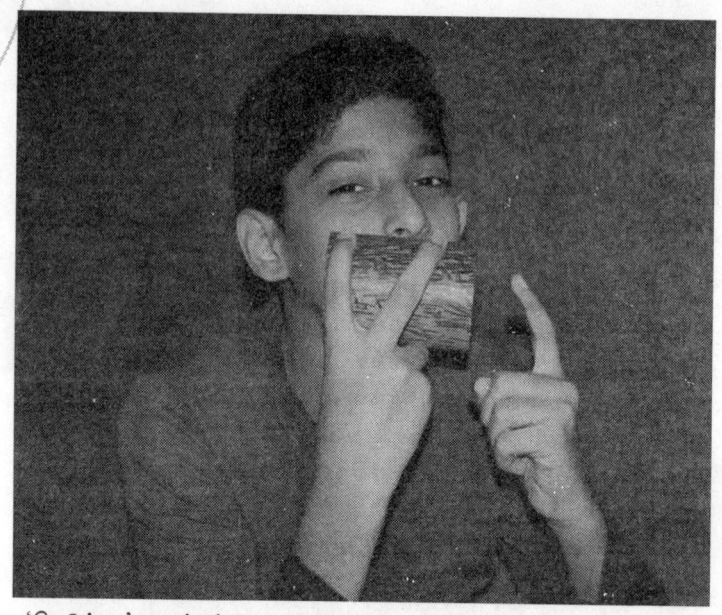

'நெடும்பா' படத்துக்காக உருவாக்கிய காற்றிசைக் கருவியுடன் அக்தர்

கணினி இசைக்கு வெளியே 'நெடும்பா'

'வெங்காயம்' படத்தை இயக்கியதன் மூலம் விமர்சர்கள், தமிழகப் பார்வையாளர்களின் பாராட்டுகளைப்பெற்ற இளைஞர், 'சங்ககிரி' ராஜ்குமார். இவர் இயக்கியிருக்கும் படம்தான் 'நெடும்பா'. வெளியுலகின் வாசனையை விரும்பாத, வனத்தையும் மலையையும் தங்கள் தாயாக வணங்கி, அவைதரும் வளத்தை மட்டுமே வைத்து வாழும் நோய் அறியா மலைவாழ் மக்களின் வாழ்க்கையைச் சுற்றிச் சுழலும் கதை. இயற்கையையே பல அடுக்குகள்கொண்ட அரண்களாக அமைத்து வாழும் அவர்களது காட்டு வாழ்க்கை தனித்துவமானது. படத்தின் காட்சிகளைக் காணக் காண, இந்தப் படத்துக்குப் பொருத்தமான வாழ்விட இசையைத் தர வேண்டும் என்று விரும்பினேன்.

அதற்காகப் பழங்குடி மக்களின் இசைக் கருவிகளிலிருந்து உருவாக்கப்பட்ட சேம்பிளர்களைத் தேடினேன். தென்

ஆப்ரிக்கா, ஆஸ்ரேலியா, லத்தீன் அமெரிக்கா போன்ற நாடுகளின் பழங்குடி மக்கள் இன்றளவும் பயன்படுத்திவரும் காற்றிசை மற்றும் தோல் இசைக் கருவிகளைக் கொண்டு 'ட்ரைப்ஸ் மியூசிக் சேம்பிளர்' களைப் பல நிறுவனங்கள் தொகுத்து வெளியிட்டிருக்கின்றன என்பது அப்போதுதான் தெரிந்தது. அவற்றில் சிலவற்றை இணையம் வழியே கேட்டுப் பார்த்தும், ராஜ்குமார் உருவாக்கிய காட்சிகளுக்கு ஏற்றதாக இல்லை.

எனவே, படத்தில் கதாபாத்திரங்கள் பயன்படுத்திய பொருட்கள், கருவிகளை வைத்தே படத்துக்கான இசையை 'லைவ்'ஆக உருவாக்கிவிடுவது என்ற இறுதியான முடிவுக்கு வந்தேன். இந்தப் படத்துக்கான பாடல் பதிவு, பின்னணி இசைப் பதிவு ஆகியவற்றுக்காக மட்டும் கணினியைப் பயன்படுத்துவோம், மறந்தும் கீபோர்டையோ சேம்பிளர் ஒலிகளையோ பயன்படுத்தப்போவதில்லை என்று இயக்குநரிடம் கூறியதும் அவர் படத்துக்காகப் பயன்படுத்திய அனைத்துப் பொருட்களையும் கருவிகளையும் கொண்டுவந்துவிட்டார். எனது 'கம்போஸிங்' அறையும் வரவேற்பறையும் 'நெடும்பா'வில் பயன்படுத்தப்பட்ட பொருட்கள், கருவிகளால் நிரம்பி வழிந்தன. அவற்றில் மூங்கில்கள், சுரைக்காய் குடுக்கைகள், பிரம்புத் தடிகள், மரத்தட்டுக்கள், தோல் கருவிகள் என மேற்குத் தொடர்ச்சி மலையில் வாழும் பழங்குடி மக்கள் பயன்படுத்தும் பல பொருட்கள் இருந்தன.

அவற்றிலிருந்தே மலை மற்றும் வனத்தின் தனிமை கலந்த தூய்மையைப் பிரதிபலிக்கும் விதமாகப் படத்துக்கான அடிப்படை தாளத்தை உருவாக்கினேன். காற்றின் ஆட்சி அதிகமாக இருக்கும் வாழிடம் என்பதால் காற்றிசையின் பங்கு 'நெடும்பா'வுக்கு அதிகமாகத் தேவைப்பட்டது. எனவே, அவர் கொண்டுவந்திருந்த முற்றி வைரம் பாய்ந்த மூங்கிலை கைக்கு அடக்கமாக நானே சீவி ஒரு காற்றிசைக் கருவியை உருவாக்கினேன்.

அதற்கு இன்னும் பெயரிடப்பட வில்லை. ஆனால், அதை இசைத்து உருவாக்கிய இசை காட்டின் பேரமைதியை, அந்த அமைதிக்குள் புதைந்திருக்கும் ரகசியங்களை, அங்கே வாழ்பவர்களின் கோபத்தை, அவர்களின் அன்பை வெளிப்படுத்துவதாக அமைந்துவிட்டது.

இப்படிப் பெயரிடப்படாத கருவிகளைக் கொண்டும், அங்கே வசிக்கும் மக்களின் குரல்களைக் கொண்டும் உருவாக்கிய 'லைவ்' இசை எனக்கு சேம்பிள் இசை வழியே கிடைக்கவில்லை. இதற்கு நேர்மாறாக சேம்பிள்களை அதிகம் பயன்படுத்தி நான் இசையமைத்த பாடலைக் கேட்டு எப்படி இவ்வளவு 'லைவ் சவுண்ட்' தர முடிந்தது என்று கேட்டார் எனக்கு நெருக்கமான இசை நண்பர்.

08

சூப்பர் சிங்கர்களால் ஏன் சோபிக்க முடிவதில்லை?

பாடகர் வேல்முருகனுடன் ஒரு லைவ் கச்சேரியில் பங்கேற்பதற்காக இலங்கைக்குச் சென்றேன். கொழும்பு விமான நிலையத்தில் இறங்கி, செக்கிங் முடித்து வெளியேறும் நுழைவாயில் நோக்கி எனது பெட்டியுடன் நடந்தேன். அப்போது என்னை நோக்கி ஓடிவந்தார் ஒரு விமான நிலைய அதிகாரி. திரைப்படத்தில் பார்ப்பதுபோல் நம்மைவைத்து யாரும் விளையாடுகிறார்களா என்றோர் அச்சம்! ஆனால், என் அருகில் வந்து மூச்சிரைத்தபடி இன்முகம் காட்டிய அவர், "நீங்க இசையமைப்பாளர் தாஜ் நூர் தானே?" என்றார். நான் "ஆமாம்" என்றேன். 'இந்த எண்ணுக்கு இப்பவே அழையுங்கோ" என்றார். அவர் சொன்ன நம்பரை டயல்செய்தேன். அவர் பாக்கெட்டுக்குள்ளிருந்து..

'கை வீசும் காற்றாய் காத்திருப்பேன்
உன்னை எங்கும் பார்த்திருப்பேன்

இது கண்கள் நனையும் பாடல்
என் நெஞ்சில் உறவின் தேடல்'

என்ற பாடல் ஒலித்தது. பாக்கெட்டுக்குள் கைவிட்டு அவர் வெளியே எடுத்த ஐபோனில் அது காலர் ட்யூனாக இருந்ததைக் கண்டேன். அதைப் புரிந்துகொண்டு அவருக்கு

ஸ்டாரபெரி படத்தின் காட்சி

கைகுலுக்க நினைக்கும்முன் அவர் என் கைகளைப் பிடித்து வாஞ்சையுடன் குலுக்கிக்கொண்டிருந்தார். பெற்றோரின் பாசத்துக்கு ஏங்கும் பிஞ்சு நெஞ்சத்தின் ஏக்கப் பெருமூச்சு அந்தப் பாடல். இவரைப் போல் பலர் அந்தப் பாடலில் இன்னும் உருகிக் கிடக்கிறார்கள்.

கவிஞர் பா.விஜய், தயாரித்து இயக்கி நடித்த 'ஸ்ட்ராபெரி' படத்தின் படப்பிடிப்பு கோவையில் நடந்துகொண்டிருந்தது.

அப்போது அவர் எடுத்த மாண்டேஜ் காட்சிகள் ஒரு பாடல் இடம்பெறும் சூழ்நிலைக்குரிய தன்மையுடன் சிறப்பாக வந்திருப்பதால் அதற்கான வரிகளை எழுதிவிட்டதாகக் கூறி, அடுத்த 12 மணி நேரத்துக்குள் பாடலை அனுப்பும்படி கேட்டுக்கொண்டு, வரிகளை மின்னஞ்சல் செய்திருந்தார். அவர் போனில் கூறிய பாடலுக்கான சூழல் கேட்டு, திரண்டு வந்த கண்ணீர் கண்களின் கரையை உடைத்தது.

அடுத்த 30 நிமிடத்தில் மெட்டு பிறக்க, உடனடியாக தபலா, வயலின், சாரங்கி என இதமான வாத்தியங்களின் சேம்பிள் ஒலிகளை மட்டுமே பயன்படுத்தி இசைக்கோவையை உருவாக்கி முடித்தேன். இந்தப் பாடலைப் பாட உன்னி கிருஷ்ணனுடைய மகள் உத்ராவை அழைத்துப் பதிவுசெய்து அன்றே அனுப்பி வைத்து விட்டேன்.

அடுத்து வந்த மூன்றாம் நாள் காலை, உன்னி கிருஷ்ணன் என் ஸ்டுயோவுக்கு மகள், மனைவியுடன் வந்து பாராட்டு மழை பொழியத் தொடங்கிவிட்டார். "என் மகள் உங்கள் பாடலை கடந்த மூன்று நாட்களாக உருகி உருகிப் பாடிக்கொண்டிருக்கிறாள்." அவள் பாடப் பாட நாங்களும் அதில் கரைந்து தற்போது பாடல் எங்களுக்கும் அத்துபடியாகிவிட்டது" என்று குடும்பமாகப் பாடிக்காட்டிய பாராட்டு தேசிய விருதுக்கு இணையானது எனத் தோன்றியது. உண்மையாகவே

உத்ரா வேறொரு பாடலுக்கு தேசிய விருது பெற்றார். இந்தப் பாடலைக் கேட்ட எனது சவுண்ட் இன்ஜினீயர் நண்பர், ‘லைவ் சவுண்ட் சிறப்பாக வந்திருக்கிறது’ என்றார். நான் சிரித்தேன். சேம்பிள் ஒலிகளுக்கு இடையே ஃபெர்பாமென்ஸ் டூல் (performance tools) மென்பொருளைச் சிறப்பாகப் பயன்படுத்தியதால்தான் அவர் அதை ‘லைவ்’ என்று நம்பினார். அப்படி நம்ப வைக்க மென்பொருள் மட்டும் போதாது, அனுபவமும் தேவை. அதேநேரம் மெட்டையும் வரிகளையும் தாங்கிச் சுமக்கும் ஜீவன்மிக்க குரலும் தேவை.

பாட மறுத்த குயில்

அப்படியொரு குரலை கடவுள் தந்த அணிகலனாகக் கொண்டிருப்பவர் இசைக் குயில் எஸ்.ஜானகியம்மாள். அவர் ‘இனிப் பாடுவதில்லை’ என்று முடிவெடுத்ததுதான் திரையிசையுலகில் சமீபத்தில் முக்கியமான செய்தி. கிட்டத்தட்ட ஐம்பது வருடங்களாகப் பல்லாயிரக்கணக்கான பாடல்களைப் பாடிய அவர், அறிவிக்கிற அந்த நிமிஷம் வரைக்கும் கூட பாடிக் கொண்டிருந்தார் என்பது எவ்வளவு பெரிய ஆச்சர்யம்!

அப்படியொரு வாய்ப்பும் உழைப்பும் இன்று அறிமுகமாகும் இளம் பாடகர்களுக்கோ பாடகிகளுக்கோ அமைகிறதா? இந்தக் கேள்வியை எழுப்பினால், நமது பதில் பலத்த மவுனம்தான். ஒரே ஒரு பாடல் மட்டும்தான் பாடியிருப்பார். அந்த ஒரு பாடலும் ஹிட் ஆகிவிட்டால் போதும். அதை வைத்துக் கொண்டே உலகம் முழுவதும் சுற்றி வந்துவிடுவார். அடுத்த பாடல் அவருக்குக் கிடைப்பதற்குள் வேறொரு பாடகர் அந்த இடத்தை நிரப்ப வந்துவிடுவார். இப்படி ஈசல் போல ‘ஒரு பாடல் வாழ்க்கை’ வாழ்ந்து கொண்டிருக்கிறார்கள் பலர்.

ஏன் இவர்களால் சோபிக்க முடியவில்லை? ஒரு இசையமைப்பாளர் மெட்டமைத்து, அதற்கு ஏற்றாற்போல ஒரு பாடலாசிரியர் பாடல் எழுதி, பின்னணி இசையுடன்

ஒருவர் டிராக் பாடி, அப்படியே லட்டை எடுத்து வாயில் ஊட்டுவது போல் புதிய பாடகர்களுக்கு வாய்ப்புத் தரப்படுகிறது. இதில் இவரது பங்கு என்ன? பாடுவது மட்டும்தான். ஆனால், முன்பு அப்படியா இருந்தது? ராகத்தோடு தனது தனித் திறமையையும் அந்தக் குரலில் கொண்டு வர முடிந்ததால்தான் அவர்களால் பல ஆயிரம் பாடல்களைப் பாட முடிந்தது.

பாடல் வரிகளை அப்படியே மனத்துக்குள் வாங்கி, படத்தில் வரப்போகும் அந்தப் பாடலுக்கான சூழ்நிலையை உணர்ந்து, தன் குரலில் அதை பாவத்தோடு வெளிப்படுத்துகிற பாடகர்கள் மட்டும்தான் அடுத்த லெவலுக்கு உயர்கிறார்கள். அவர்களால் நூற்றுக்கணக்கான பாடல்களை நோக்கிப் பயணம் செய்ய முடிகிறது.

இரண்டு மென்பொருட்கள்

இந்த இடத்தில் ஒரு முக்கியமான பிரச்சினையை அலச வேண்டும். தொலைக்காட்சிகளில் வரும் 'சூப்பர் சிங்கர்' நிகழ்ச்சிகளில் பங்கேற்கும் பாடகர்கள் பற்றியதுதான் அது. நிகழ்ச்சியில் பல வேகத் தடைகளைக் கடந்து, அவர் தனக்கான வெற்றி மேடைக்கு வரும்போது தேர்ந்த பாடகர் ஆகிவிடுகிறார்கள். இது சாதாரணமாக வந்துவிடாது. கடும் உழைப்பு வேண்டும். அந்த உழைப்புக்கேற்ற மரியாதையையும் அங்கீகாரத்தையும் அவர்களுக்கு இந்த உலகம் வழங்கிவிடுகிறது. இப்பவும் வெளிநாடுகளில் இவர்களின் மேடைக் கச்சேரிக்கு இருக்கிற கிரேஸ் மற்றவர்களுக்கு இருப்பதில்லை.

அதே நேரத்தில் இவர்களிடத்தில் இருக்கிற மைனஸ் என்ன? ஒரு பாடலைக் கேட்டுவிட்டு அதை அப்படியே பிரசன்ட் பண்ணுவதுதான் இவர்களின் வேலையாக இருக்கிறது. அதைச் சரியாகச் செய்வதால்தான் அவர்களுக்குப் பரிசும் கிடைக்கிறது. ஆனால், சினிமாவில் பின்னணி பாடுகிற 'பிளே பேக்' சிங்கர்களுக்கு இருக்க வேண்டிய நுணுக்கம் இவர்களுக்கு வருவதில்லை. பிரிண்ட்

அடித்தது போல, பிரபலமான ஒரு பாடல் கொடுத்தால் அதை அப்படியே பாடி விடுகிற இவர்களால், புதியதாக ஒரு பாடலைக் கொடுத்தால் அதில் தனது தனித்தன்மையை வெளிப்படுத்துவது இயலாத காரியமாகிவிடுகிறது. பெரும்பாலானவர்கள் இதில் தோற்றுவிட்டாலும், உதாரணமாக பூஜா, ஸ்ரீநிவாஸ், திபக் மாதிரியான சிலரால் மட்டும்தான் இங்கும் சோபிக்க முடிகிறது.

இவர்களுக்கு இன்னொரு ப்ளஸ் இருக்கிறது. வேறொரு முன்னணிப் பாடகர் போல் குரலில் சிறிதளவு சாயல் வேண்டும் என்று வைத்துக் கொள்ளுங்களேன். அதற்கு இந்த சூப்பர் சிங்கர்களை விட்டால் ஆளில்லை. பல்வேறு குரல்களை மனப்பாடம் செய்து வைத்திருக்கும் இவர்கள், அதைச் சுலபமாகச் செய்துவிடுவார்கள்.

இவர்களிலிருந்து, இன்னொரு எஸ்.பி.பியோ மலேசியா வாசுதேவனோ உருவாகப் போவதில்லை என்றாலும், இவர்களை 'அவர்களாக்குகிற' வித்தை இசையமைப்பாளர்கள் கையில்தான் இருக்கிறது. அந்தக் காலத்தில் ஏழு கட்டை, எட்டுக் கட்டை என்பார்கள். இப்போது நாங்கள் அதை 'ரேஞ்ச்' என்கிறோம். இந்தப் பாடகருக்கு இதுதான் ரேஞ்ச் என்பதை எடுத்த எடுப்பிலேயே எங்களால் அறிந்துகொள்ள முடியும். பாடகரின் இந்தப் பாடும் திறனுக்கு ஏற்ப, இந்த ரேஞ்சைக் கூட்டியோ குறைத்தோ அவர்களைப் பாட வைத்துவிடுவோம்.

ஒரு பாடலின் ஆரம்பத்திலிருந்து இறுதி வரை முழு சுருதியில் பாட வேண்டும் என்பதுதான் கட்டாயம். ஆனால், இன்று சின்னச் சின்ன இடங்களில் லேண்டிங் நோட் (landing note) போனாலும் பரவாயில்லை. ஆந்த்ராஸ் கம்பெனியின் 'ஆட்டோ ட்யூன்' என்றொரு சாப்ட்வேர் இருக்கிறது. இன்னொன்று மெலடைன். இந்த இரண்டு மென்பொருட்களையும் வைத்து சின்னச் சின்ன குறைகள் இருந்தாலும் அதைக் களைந்துவிடலாம். இந்தக் காலத்தில் இந்த ஆட்டோ ட்யூன் செய்யப்படாமல்

பாடல்கள் வருவதே இல்லை என்பதுதான் நான் சொல்ல வருகிற முக்கியமான விஷயம்.

சரி... முறையான பாடகர்கள் பாடி வந்தார்கள். அப்புறம் சூப்பர் சிங்கர் நிகழ்ச்சிகளில் வென்ற மேடைப் பாடகர்கள் பாடினார்கள். நடிகர் நடிகைகள் எல்லாம் இன்று திடீரெனப் பாட வருகிறார்களே? சினிமாவில் பாடுவதென்பது அவ்வளவு ஈசியா என்கிற கேள்வி ரசிகர்களுக்கு எழலாம். யார் வேண்டுமானாலும் பாடிவிட முடியாது என்பதுதான் என் அழுத்தமான பதில்... எப்படி...?

09

நடிகர்கள் எப்படிப் பாடகர்கள் ஆனார்கள்?

பிரிண்ட் அடித்தது போல, பிரபலமான ஒரு பாடலைக் கொடுத்தால் அதை அப்படியே பாடி விடுகிறார்கள் தொலைக்காட்சிகளின் ரியாலிட்டி ஷோவில் பாடும் 'சூப்பர் சிங்கர்' பாடகர்கள்.

அப்படிப்பட்டவர்களிடம் புதியதாக ஒரு பாடலைக் கொடுத்தால் அதில் தனது தனித்தன்மையை வெளிப்படுத்திப் பாட முடியாமல் தேங்கிவிடுகிறார்கள் என்று முந்தைய பகுதியில் கூறியிருந்தேன். இது அவர்களை விமர்சிக்க வேண்டும் என்பதற்காக அல்ல, அவர்கள் அதைக் கடந்து சிறந்த பாடகர்களாகப் பரிமளிக்க வேண்டும் என்பதற்காகவே. அதே சூப்பர் சிங்கர் நிகழ்ச்சியைக் கொஞ்சம் ஊன்றிக் கவனித்தீர்கள் என்றால் நடுவர்களின் வாயிலிருந்து "சுருதி விலகிவிட்டது" என்ற வார்த்தை அடிக்கடி வந்து விழும். சுருதி எப்படி விலகும் என்று கேட்கலாம். அதற்கு முதலில் சுருதி என்றால் என்ன என்பதை எளிமையாகத் தெரிந்துகொள்ள வேண்டியது முக்கியம்.

சுருதி எனும் தாய்

ஸ்வரங்களை (Notes) நம் குரலால் பாடியோ கருவியால் இசைத்தோ இசையை உருவாக்குகிறோம் என்று தெரிந்து கொண்டீர்கள் இல்லையா? அந்த ஸ்வரங்கள் ஒவ்வொன்றுக்கும் ஒரு அதிர்வெண் இருக்கிறது. இதை அலைவரிசை எண் (Frequency Hz) என்றும் நாம் எளிமையாக அழைக்கலாம். ச-264 Hz, ரி-282 Hz, க-317 Hz, ம-352 Hz, ப-396 Hz, த-422 Hz, நி-475 Hz என்று இந்த ஸ்வரங்களின் அதிர்வெண்களைக் குறித்துவிட்டுச் சென்றிருக்கிறார்கள் நம் இசை முன்னோர்.

இப்போது ஒரு பாடல் அல்லது மெட்டின் வடிவம் என்பது எந்த ஸ்வரத்தில் தொடங்கி... எந்த ஸ்வரத்தில் தவழ்ந்து... எந்த ஸ்வரத்தில் நடந்து... எந்த ஸ்வரத்தில் மிதந்து பறந்தாலும் அதைப் பாடும் பாடகரோ கருவி கொண்டு வாசிக்கும் கலைஞரோ ஸ்வரங்களின் அலைவரிசையை விட்டு விலகிவிடாமல் அதாவது சுருதி பிசகாமல் இசைக்க வேண்டும். அப்படி சுருதி சுத்தமாகப் பாடினால் அல்லது இசைத்தால்தான் அந்த இசை அல்லது பாடல் கேட்பதற்கு இனிமையாக இருக்கும். இதில் தவறும்போது அது 'சுருதி விலகல்' ஆகிவிடுகிறது. இசைக்குப் பிரதானமாக இருப்பதனால்தான் சுருதியை ஒலியின் தாய் என்கிறார்கள். உலக அளவில் பெரும்பான்மையாக ஏற்றுக்கொள்ளப்பட்டிருக்கும் சுருதி சுத்தம் (pitch standard) என்பதன் அதிர்வெண்ணாக A440 Hzஐக் குறித்திருக்கிறார்கள்.

தவறான தூரப் பார்வை

அப்படிப்பட்ட 'ஸ்ருதி'யைப் பற்றி அலட்டிக்கொள்ளாமல், இன்று சினிமா நட்சத்திரங்கள் பலரும் படத்தின் கமர்ஷியல் வேல்யூவைக் கூட்டுவதற்காகப் பாடகர் அவதாரம் எடுத்துவிடுகிறார்கள். இப்படிப் பாடும் நடிகர்களின் குரல் இனிமையாக இல்லை என்றால்கூடப் பாடியபின் அவர்களது குரலை 'ஆட்டோ ட்யூன்' அல்லது

‘மெலடைன்’ மென்பொருட்களை வைத்து இனிமையாக மாற்றிக் கொள்ளலாம். “சுருதியே இல்லாமல் அவர்கள் கத்தியிருந்தால் கூட அதைச் சுருதிக்குள் பிடித்து உட்கார வைத்துவிடும் வேலையை இந்த மென்பொருட்கள் பார்த்துக்கொள்கின்றன” என இன்று பல இசை விமர்சகர்கள் மிக அப்பாவித்தனமாக, அரைகுறையான கருத்துக்களைக் கூறிவிட்டுச் சென்றுவிடுகிறார்கள்.

அதுமட்டுமே அல்ல, ‘ஆட்டோ ட்யூன் மென்பொருளின் வரவால் பின்னணிப் பாடகர்களின் பெருமைமிக்க இடம் இல்லாமல் போய்விட்டது’ என்று கூறுவது, கணினி இசை உலகுக்கு உள்ளே வந்து பார்க்காமல், விலகி நின்று தூரமாய்ப் பார்த்து, அதோ பூதம் என்று பயமுறுத்துவதைப் போல இருக்கிறது. இந்த இரண்டு மென்பொருட்களும் லேண்டிங் நோட் தவறிவிடுகிற இடங்களில் கொஞ் சமாக ‘அட்ஜட்ஸ்ட்’ செய்யும் வேலையை மட்டும்தான் செய்கின்றனவே தவிர, இவற்றைக் கொண்டு முழு ஸ்ருதியையும் சீர் செய்ய முடியாது. அப்படி முழு ஸ்ருதியையும் மென்பொருள் மூலமாகச் சரிசெய்ய முயன்றால், அது நாம் கம்போஸ் செய்த பாடலாகவே இருக்காது.

விரலுக்கான மோதிரம்

அவர் நடிகரோ நடிகையோ தொழில்முறைப் பாடகரோ, அவர்களுக்குக் குரல்வளமும், அவர்கள் எந்த லோ நோட், எந்த ஹைநோட் வரை பாடமுடியும் என்பது, கடவுள் கொடுத்த வரமான அவர்களது ஜீன் மற்றும் அதை மீறி கலைஞனாய் ஆக மேற்கொள்ளும் கடும் இசைப் பயிற்சியுமே காரணமாக அமைகின்றன. முயற்சியும் ஆர்வமும் அக்கறையும் இல்லாவிட்டால் ரெக்கார்டிங் ரூமுக்குள் நுழைகிற பாக்கியம் பாடகர் ஆக நினைக்கும் யாருக்கும் அமையவே அமையாது. நான் இசையமைத்த ‘வம்சம்’ படத்தில், நடிகர், இயக்குநர், சசிகுமார், சமுத்திரக்கனி, பாண்டிராஜ் ஆகிய மூவரையும்

இயக்குனர் சமுத்திரக்கனி, இயக்குனர் பாண்டிராஜ்,
இயக்குனர் சசிகுமார், தாஜ் நூர்

பாட வைத்தேன். 'சுவடு சுவடு...' என்று தொடங்கும் பாடல் அது.

பாடல் பதிவுக்கு முதல் நாளே என் ஸ்டுடியோவுக்கு வந்துவிட்டார் சசிகுமார். பல்லவி வரைக்கும்தான் பாடப்போகிறார் என்றாலும், அவர் ஆர்வத்தோடு எடுத்துக்கொண்ட ஒத்திகை என்னை ஆச்சரியப்பட வைத்தது. இருந்தாலும் இந்த மூவரையும் பாடல் பதிவுக்கு முன்பாகவே பாடச் சொல்லி, அவர்களுக்கு எந்த நோட் சுலபமாக வருகிறது, எந்த நோட் கடினமாக இருக்கிறது என்பதை ஆராய்ந்து, அதற்கேற்பப் பாட வைத்தேன்.

கடவுள் கொடுத்த விரலை மோதிரத்துக்காகக் காயப்படுத்தாமல், விரல் அளவு என்னவோ அதற்கேற்ப மோதிரத்தின் அளவை 'சைஸ்' பண்ணிய சுவாரசியம் அது! அந்த மூவரும் மிகச் சிறப்பாகப் பாடிச்சென்றார்கள். இன்று என் இசையில், இமான், ஜி.வி.பிரகாஷ், விஜய் ஆண்டனி, நடிகர்கள் சித்தார்த், சூரியா, ரம்யா நம்பீசன் உட்படப் பல நட்சத்திரங்கள் பாடிவிட்டார்கள்.

ஒரு படமும் பாடலும்

நடிகர்களைச் சுலபமாகப் பாட வைத்த நான் ஒரு ட்யூனைத் தூக்கிக்கொண்டு, முன்னணிப் பாடகர்கள் பின்னால் அலைந்தது சுவாரசியமான சம்பவம் மட்டுமல்ல... மிகவும் இக்கட்டான சம்பவமும் கூட.

பொதுவாக ஒரு மெட்டு உருவாகி, வரிகள் எழுதப்பட்டு, ட்ராக் பதிவுசெய்யப்பட்டதும் இந்த மெட்டுக்கு அவரது குரல் மிகச்சரியாக இருக்கும், அவரையே பாட வைக்கலாம் என்று முயல்வோம். கடைசியில் அந்தப் பாடகருக்குப் பாடலின் சுருதி சில இடங்களில் செட் ஆகாது. வேறு வழியில்லாமல் நாங்கள் அந்தப் பாடகருக்கான சுருதியைக் குறைப்பதோ, கூட்டுவதோ நடந்துவிடும். பல பாடகர்கள் "இந்த இடத்தில் பிட்ச்(சுருதி) எனக்குச் சரியா வரல. நீங்க வேற யாரையாவது பாட வையுங்களேன்" என்று யதார்த்தமாக ஒதுங்கிக் கொள்வார்கள். அது எனக்கு 'ஞானக்கிறுக்கன்' படத்தில் நடந்தது.

சாமானிய, விளிம்புநிலை மக்களின் வாழ்க்கையை நன்கு அறிந்தவர் இயக்குநர் இளையதேவன். அவரது இயக்கத்தில் டேனியல் பாலாஜியும் பல புதுமுகங்களும் நடித்து வெளியான படம் 'ஞானக்கிறுக்கன்'. நாயகன், நாயகி எதிர்கொள்ளும் மிக அவலமான ஒரு காட்சிச் சூழலுக்கு மெட்டுப் போடும்படி கூறினார் இயக்குநர். யுகபாரதி வரிகள் எங்கும் புறக்கணிப்பின் வலிகளை நிரப்பி எழுதினார்.

'யாரை நம்பி நாம் வந்தது... யாரை நம்பி நாம் போவது...'

'கெட்டும் பட்டணம் போ' என்ற வார்த்தைகளை நம்பி, மாநகரம் வந்து, சக மனிதர்களால் புறக்கணிக்கப்பட்டு, உடைந்துபோகும் இரண்டு கிராமிய இதயங்களின் மவுனக் கதறல்தான் இந்தப் பாடல்.

ஞான
கிறுக்கன்
Elayadevan
tajnoor

ஹை பிட்ச்சில், துயரத்தின் குழந்தையாகப் பிறந்துவிட்டது அந்தப் பாடல். அதில் எஸ்.பி.பாலசுப்ரமணியம் சாரைப் பாட வைக்க வேண்டும் என்று முடிவு செய்தோம். பாடலின் ட்யூனை நான் எஸ்.பி.பி க்கு அனுப்பி வைத்துவிட்டேன். அதைக் கேட்டவர், “அந்தச் சரணத்தில் வர்ற ரெண்டு நோட் ‘ஹைய்யா’ இருக்கு. அதைக் கொஞ்சம் லோ பண்ண முடியுமா?” என்று கேட்டார். நானும் “சரி சார்... குறைத்துவிடலாம்” என்று கூறிவிட்டேன். பக்கத்தில் இருந்த இயக்குநர் இளையதேவன், “அப்படி குறைச்சா என்னாகும் சார்?” என்று என்னிடம் கேட்டார். “ஒன்றும் பெரிய வித்தியாசம் இருக்காது. ஆனால் அந்த ஃபீல் கொஞ்சம் குறைய வாய்ப்பிருக்கிறது” என்றேன். கதறிய இயக்குநர் அதற்கு ஒப்புக்கொள்ளவே இல்லை. அதனால் வேறொரு முன்னணிப் பாடகரை முடிவு செய்து மும்பைக்குப் பறந்தோம்.... அவராவது பாடிக் கொடுத்தாரா..?

10

நவீனத்துக்கு ஈடுகொடுக்கும் நாகரா!

கதாபாத்திரம் சந்திக்கும் சூழ்நிலை, அதனால் அது எதிர்கொள்ளும் மனநிலை ஆகிய இரண்டு காரணங்கள் ஏற்படுத்தும் தாக்கம், ஒரு பாடலுக்கான மெட்டைக் கற்பனை செய்யத் தூண்டுகிறது. மெட்டு எனும்போது அதன் வடிவம்தான் கதாபாத்திரத்தின் மவுனக் குரல். அந்த மவுனக் குரலைப் பார்வையாளர்களுக்கு, சக கதாபாத்திரத்துக்கு வெளிப்படையாக உணர்த்த வரிகள் தேவை.

பாடலுக்கு வடிவமும் வரிகளும் எவ்வளவு முக்கியமோ அவ்வளவு முக்கியம் அந்த இரண்டு அம்சங்களையும் சிதைக்காமல் வெளிப்படுத்தும் பாடகரின் குரல். திறமையான பாடகராக இருந்தாலும் பாடலின் முழுமையான வடிவத்தைத் தன் குரல்வழியே நூறு சதவீதம் வெளிப்படுத்த முடியாமல்போவது பாடகரின் குறை என்று கருதத் தேவையில்லை. ஒவ்வொரு பாடகருக்கும்

கைவரப்பெற்ற 'ரேஞ்ச்'தான், அவர்கள் பாட வேண்டிய பாடல்களை அவர்களிடம் கொண்டுவந்து சேர்க்கிறது என்று சொல்வேன்.

ஹரிஹரன், மதுபாலகிருஷ்ணன்

'ஞானக்கிறுக்கன்' படத்தில் எனது இசையமைப்பில் யுகபாரதி எழுதிய 'யாரை நம்பி நான் வந்தது' என்ற ஹை பிட்ச் பாடலைப் பாடும்படி எஸ்.பி. பாலசுப்ரமணியத்திடம் கேட்டபோது, 'சரணத்தில் வரும் 'ஹை நோட்'களைக் கொஞ்சம் குறைத்தால் பாடுகிறேன் என்றார். அவர் கேட்டபடி குறைத்தபோது மெட்டின் தீவிரம் குறைந்ததைக் கண்ட படத்தின் இயக்குநர் " எனக்கு இந்தப் பாடலில் மாற்றம் எதுவும் இல்லாமல் அப்படியே வேண்டும்" என்று பிடிவாதம் காட்டினார்.

வேறு வழியில்லாமல் மும்பையிலிருக்கும் பாடகர் ஹரிஹரனுக்கு ட்ராக் பாடலை அனுப்பினேன். ட்யூனைக் கேட்டவர், எஸ்.பி.பி சொன்ன அதே இடத்தைக் குறிப்பிட்டு "கொஞ்சம் நோட்ஸைக் குறைக்க முடியுமா?" என்று கேட்டதும் ஆடிப்போய் விட்டோம். இயக்குநரின் ஃபீலை அவருக்கும் எடுத்துக்கூறிவிட்டு மும்பையிலிருந்து

நாகரா

சென்னை திரும்பியதும் மீண்டும் பாடகர் வேட்டை தொடங்கியது.

அடுத்து பாடகர் மது பாலகிருஷ்ணன். ட்யூனைக் கேட்டவர், "அதுக்கென்ன... பாடிடலாம்" என்று ஸ்டுடியோவுக்கு வந்துவிட்டார். பாடல்பதிவு அருமையாகத் தொடங்கியது. சரியாக அந்த 'ஹைபிட்ச்' இடம் வந்ததும் இவருக்கும் தொண்டை, சண்டை பண்ண ஆரம்பித்துவிட்டது. திரும்பத் திரும்ப முயன்றும் முடியாத நிலையில், "அந்த இடத்தை மட்டும் விட்டுவிட்டு மற்ற வரிகளை முதலில் பாடி முடித்துவிடுங்கள்" என்றேன். அப்படியே செய்தவர், "அந்த ஹை நோட்களை ஊருக்குப்போய்ப் பாடி அனுப்பிவிடுகிறேன்" என்று கேரளாவுக்குக் கிளம்பிப்போனார். அவர் கூறியதைப் போலவே அடுத்த நாள் பாடி அனுப்பிவிட்டார். நானும் இயக்குநரும் மகிழ்ந்தோம்.

அன்றும் இன்றும்

பாடல்களை ஒரே மூச்சில் பாடிய காலம் இன்று இல்லை. கணினி இசைத் தொழில்நுட்பம் வளர்ந்துவிட்டதால் ஸ்ருதிக்கான மென்பொருட்களைப் பயன்படுத்தி அதைச் சரிசெய்வது மட்டுமல்ல, பல்லவி சரணம் எதுவென்றாலும் இரண்டு இரண்டு வரிகளாகப் பாடவைத்து பாடகர்களின் சுமையைக் கூட குறைத்துவிடுகிறோம். ஆனால், எஸ்.பி.பி போன்ற ஜாம்பவான்கள் தொழில்நுட்பத்துக்கே சவால்விடும் திறமைகொண்டவர்கள். எஸ்.பி.பி. பாட வந்தார் என்றால் பல்லவி முழுவதையும் பாடுவார், சரணங்களையும் ஒரே மூச்சில் பாடிவிடுவார்.

நமது ட்யூன் 80 சதவீதம் இருக்கிறது என்றால் அவர் தனது குரல் மற்றும் பாடும் திறமையால் மெட்டை, சிறிதும் கீறிவிடாமல் நகாசுகள் செய்து 100 சதவீதமாக மாற்றிக்கொடுத்துவிடுவார். எஸ்.பி.பியைப் போன்றவர்கள் இன்றைய தலைமுறைப் பாடகர்களில் இல்லையா என நீங்கள் கேட்கலாம். இருக்கிறார்கள் என்பதுதான்

ஆச்சரியம்! சமீபத்தில் ஒரு நிமிட நேரம் கொண்ட ஒரு விளம்பர ஜிங்கிள் பாடலைப் பாடும்படி சுர்முகி ராமன் என்னும் பாடகியை அழைத்தேன். இரண்டிரண்டு வரியாக அவர் பாட, பாடல் பதிவில் 'பன்ச்' செய்துகொள்ளத் தயாரானபோது அவர் முழுப் பாடலையும் ஒரே 'பன்ச்'ல் பாடி அசத்திவிட்டுப்போனார்.

அனலாக் அற்புதம்

எஸ்.பி.பியைப் பற்றிக் குறிப்பிடும்போது இன்னொரு முக்கியமான விஷயத்தைக் கண்டிப்பாகக் குறிப்பிட்டே ஆக வேண்டும். அவரைப் பாட அழைத்தால் வரும்போது மறக்காமல் தனது கேசட் ரெக்கார்டர் வாக்மேனை எடுத்துவருவார். பதிவுக்கூடத்தில் ட்யூனை ஒலிக்கச் செய்து அதில் பதிவு செய்துகொள்வார். பின்னர், பாடல் வரிகள் அச்சிடப்பட்ட தாள்களை வாங்கிக்கொண்டு ரெக்கார்டிங் அறைக்குள் சென்று 20 நிமிடம் எடுத்துக்கொண்டபின் "ரெடி" என்று கூறியபடி பாடத் தயாராகிவிடுவார்.

இன்று என்னதான் நூற்றுக்கணக்கான ஒலித்தடங்களைப் பதிவுசெய்யும் டிஜிட்டல் பதிவுமுறை வந்துவிட்டாலும் 'மெக்னெடிக் டேப்'பில் பதிவு செய்த அனலாக் ஒலிமுறையில் கேட்டபின் அவர் பாடுவதே அவருக்கு ஏற்புடையதாகவும் பழகிய ஒன்றாகவும் இருப்பதைப் பார்த்து ஆச்சரியப்பட்டிருக்கிறேன். இந்த இடத்தில் கணினி இசை டிஜிட்டல்மயமாகி அதன் வளர்ச்சி பல எல்லைகளைத் தொட்டுச் சென்றுகொண்டிருக்கும்போது, 'நாகரா' என்ற அனலாக் அதிசயம் நவீனத்துக்கு ஈடுகொடுத்து இன்றும் தன்னை தக்கவைத்துக்கொண்டிருக்கிறது.

நாகரா மீண்டு(ம்) வரும் பழமை

அது என்ன நாகரா என்று நீங்கள் கேட்பது புரிகிறது. திரையிசையோடு நெருங்கிய தொடர்புகொண்ட ஒரு சாதனம். பாடல் காட்சிகளை இந்த நாகரா இல்லாமல் படமாக்க முடியாது. இந்தக் கருவியை இயக்குபவருக்குப்

பெயர் நாகரா கலைஞர். படப்பிடிப்புத் தளத்தில் அவரை " நாகரா" என்றுதான் அழைப்பார்கள். வயதில் சிறியவர்கள் " நாகரா அண்ணே.." என்பார்கள். உள்ளூரில் படப்பிடிப்பு என்றால் இசையமைப்பாளரின் ஸ்டுடியோவுக்கு மெக்னெடிக் டேப் ஸ்பூல் பொருத்தப்பட்ட நாகரா கருவியுடன் வந்து, 'அனலாக்' அவுட் மூலம், படம்பிடிக்கப்பட இருக்கும் பாடலைப் பதிவு செய்துகொள்வார். இப்போது பெரும்பாலும் சிறு படங்களுக்கு இம்முறை பின்பற்றப்போவதில்லை.

இப்படிப் பதிவுசெய்துகொள்ளும் பாடலில் துல்லியமான டெம்போ துல்லியமாக இருக்கும். இப்படி அனலாக் முறையில் தரமான ஒலித்தரத்தில் பாடலைப் பதிவுசெய்ய நாகராவில் இருக்கும் 'கிரிஸ்டல்' என்ற ஹெட் உதவுகிறது. இந்தக் கருவியில் பாடலின் வேகத்தைத் துல்லியமாக நிர்ணயித்துக்கொள்ளும் டைம் கோட் வசதி, ஃபார்வர்டு, ரீவைண்ட் வசதிகள் இருக்கும். அதனால் நடன இயக்குநர் பாடலின் தொடக்க இசை, பல்லவி வரிகள், சரண வரிகள், இடையில் உள்ள இசைக்கோவை ஆகியவற்றைத் தனித்தனியே பிரித்து, அவற்றை நாகரா மூலம் எத்தனை முறை வேண்டுமானாலும் சரியான டெம்போவில் (பாடலின் வேகம்) ஒலிக்கவிட்டு, அதற்கு நட்சத்திரங்களை வாயசைக்கவும் ஆடவும் வைத்துப் படமாக்குகிறார்.

தவறான டெம்போவில் பாடலைப் படமாக்கிவிட்டால் அந்தப் பாடலைப் படத்தில் பயன்படுத்த முடியாது. தற்போது அதிநவீன '2.0' படத்துக்கும் நாகராவின் உதவியுடன்தான் பாடல் காட்சி படமாக்கப்பட்டிருக்கிறது. நாகராவுக்கு மாற்றாக டிஜிட்டலில் நாளை புதிய சாதனங்கள் அறிமுகப்படுத்தப்படலாம். ஆனால், நாகராவின் இடத்தை அது நிரப்ப முடியுமா என்பது சந்தேகம்தான்.

தெனாலியில் தொடங்கிய எம்.பி.3

நாகராவுடன் எனக்கொரு சுவாரசியமான தொடர்பு உண்டு.கே.எஸ்.ரவிகுமார் இயக்கத்தில் கமல் ஹாசன்,

ஜோதிகா நடித்த 'தெனாலி' படத்துக்கு ஏ.ஆர்.ரஹ்மான் இசை. அப்போது அவரிடம் நான் பணியாற்றிக்கொண்டிருந்தேன். உரையாடல், பாடல் காட்சிகளைப் படமாக்க ஏற்கெனவே படக்குழு ஆஸ்திரேலியா சென்றுவிட்டது. கடைசி மூன்று நாட்கள் 'சுவாசமே... சுவாசமே..' என்ற பாடல் காட்சியைப் படமாக்கிக்கொள்ளலாம் என்றும் இயக்குநர் திட்டமிட்டிருக்கிறார்.

அந்த மூன்று நாட்கள், சென்னையிலிருந்து நாகரா கலைஞர் ஆஸ்திரேலியாவுக்கு வந்து, அங்கிருந்து படப்பிடிப்புத் தளத்துக்கு அவர் வந்துசேர இரண்டு நாட்கள் என மொத்தம் ஐந்து நாட்கள் மட்டும் நாகராவைப் பயன்படுத்திக்கொள்ளலாம் என்று படக்குழு திட்டமிட்டிருந்திருக்கிறது.

ஆனால், உரையாடல் காட்சிகளின் படப்பிடிப்பு திட்டமிட்ட மூன்று நாட்களுக்கு முன்னதாகவே படபடவென்று முடிந்துவிட்டது. அதனால் பாடல் காட்சியைத் திட்டமிட்ட மூன்று நாட்களுக்கு முன்னதாகவே படமாக்க முடிவு செய்து, 'இங்கே நாகரா கருவி வாடகைக்குக் கிடைக்கிறது பாடலை மின்னஞ்சல் வழியே இங்கே தரவிறக்கிக்கொள்ள வழி இருக்கிறதா, என்று கேட்டார்கள். மெயிலில் 25 எம்.பி அளவுக்குமேல் கோப்புகளை அனுப்ப முடியாது.

நான் உடனடியாக ஆஸ்திரேலியாவில் எனக்குத் தெரிந்த சவுண்ட் இன்ஜினீயரை அழைத்தேன். 'சுவாசமே' பாடலை எம்.பி. 3 பார்மேட்டில் மாற்றி, 4 எம்.பி அளவுகொண்ட பைலாகச் சுருக்கி அவருக்கு அனுப்பினேன். அடுத்த நிமிடமே பாடலை அங்கே தரவிறக்கி, அனலாக் அவுட் மூலம் நாகரா கருவியில் பதிவு செய்துகொண்ட படக்குழு நாகரா கலைஞருக்காகக் காத்திருக்காமல் சரியான டெம்போவில் பாடலைப் படமாக்கி முடித்துவிட்டார்கள்.

'தெனாலி'யில் நான் தொடங்கி வைத்த இந்த யோசனையை, வெளிநாடுகளில் பாடல் படப்பிடிப்பு

நடத்தும் சிறு, நடுத்தர பட்ஜெட் படங்களுக்குப் பயன்படுத்துகிறார்கள். தேவையின் அடிப்படையில் பிறந்த இந்த 'ஐடியா'வுக்கு இன்று தேவை ஏற்பட்டிருப்பதைப் போல் பழைய அனலாக் முறையை இன்றைய டிஜிட்டல் இசைக்கு நடுவே விலை உயர்ந்த ஒரு தயாரிப்பாக விற்கத் தொடங்கியிருக்கிறார்கள் என்றால் நம்ப முடிகிறதா?

11

அனலாக் என்பது மண்பானை ருசி!

கடந்த கால நினைவுகள் எப்போதுமே இனிமையானவைதாம். பழைய பொருட்களை ரசிக்கிறோம், அவற்றை அதிக விலை கொடுத்து வாங்குகிறோம். நமக்குமுன் வாழ்ந்த தலைமுறை உருவாக்கியதை 'கிளாசிக்' எனக் கொண்டாடுகிறோம். தற்போது 'அனாலாக்' முறைக்கும் இப்படியொரு மரியாதை கிடைத்து வருகிறது. இசையுலகில் இன்று எல்லாப் பணிகளும் டிஜிட்டல் மயமாகிவிட்டன. இருந்தபோதிலும், டிஜிட்டலின் ஒரு பகுதியாக 'அனலாக்' முறையை மீள் அறிமுகம் செய்து, அதிக விலைக்கு விற்கும் போக்கு தற்போது உருவாகி இருக்கிறது. பாரம்பரியமான விண்டேஜ் கலைப்பொருட்களை அதிக விலை கொடுத்து வாங்குவதுபோல, டிஜிட்டலுக்குள் நுழைத்துத் தரப்படும் அனலாக் ஹார்டுவேர் இன்றைய தலைமுறையைக்கு ஓர் ஆச்சரியம்தான்.

அனலாக் Vs டிஜிட்டல்

*அது என்ன அனலாக்? அனலாக் முறையில் இசையைப் பதிவு செய்யும்போது அலைகளாக (*Wave signals*), அதன் அசல் வடிவம் கெட்டுவிடாமல் பதிவுசெய்யப்படுகிறது. உதாரணமாக அனலாக் டேப் ரெக்கார்டரில் பதிவு செய்கிறோம் என்று வைத்துக் கொள்ளுங்கள். இப்போது ஒலிவாங்கி (*Mic*) மூலம் உள்வாங்கப்படும் இசை, அதன் அசல் தன்மையுடன் ஒரு வடம் (*wire*) வழியே அனலாக் அலையாகப் பயணித்து டேப்பில் பதிவாகிறது. இந்த இசையை அனலாக் அவுட்டாகக் கேட்கும்போது அதிலிருந்து வெளிப்படும் ஒலிகளும் குரலும் சேதாரம் ஏதும் இல்லாத அதன் அசல் தன்மையால் வசீகரம் மிக்கதாக மாறுகின்றன.*

ஆனால், டிஜிட்டல் இசை என்பது டேட்டாவாகப் பதிவுசெய்யப்படுகிறது. அதாவது பதிவுசெய்யப்படும் இசையானது, ஒரு வினாடிக்கு 44,000 எண்களாக (44,000 Hz samples per second -16 Bit*) சேமிக்கப்படுகிறது. இதை ஒலிப்பதிவில் ஆடியோ சேம்பிள் மற்றும் பிட் ரேட் (*Audio sample and bit Rate*) என்று நாங்கள் கூறுவோம். இந்த அளவுதான் ஒலியின் தரத்தை நிர்ணயிக்கிறது. ஒரு டிஜிட்டல் சிடியில் பயன்படுத்தப்படும் ஒலித்தரத்தின் அளவு இதுதான்.*

*இப்படிப் பதிவான இசையை நாம் கேட்கும்போது ஒரு வினாடிக்கு இதே அளவிலான எண்கள், மின்னழுத்த அலைகளாக (*voltage wave*) மாறி, நம் காதுக்கு இசையைக் கொண்டுவந்து சேர்க்கின்றன. நிர்ணயிக்கப்பட்டுப் பின்பற்றப்படுகிற இந்த சேம்பிள் மற்றும் பிட் ரேட்டை சில நவீன இசையமைப்பாளர்கள் இதைவிடச் சிறந்த தரம் வேண்டும் என்பதற்காக (தன்னம்பிக்கையுடன் மீறியிருக்கிறார்கள். அப்படிப்பட்டவர்கள் 48,000* Hz – *24* Bit *என்ற அளவில் ஒலிப்பதிவு செய்வார்கள்.*

ஆனால், இதையும் தாண்டி ஒலியின் தரத்தைக் காதலிக்கும் ஏ.ஆர்.ரஹ்மான் போன்ற அதிநவீன இசையமைப்பாளர்கள் தொடக்கம் முதலே பெரும் பாய்ச்சலோடு 96,000 Hz – 32 Bit என்ற அளவுக்குச் சென்று ஒலிப்பதிவு செய்கிறார்கள்.

இதற்குக் கணினியின் வேகமும் பதிவகத்தின் உள்வாங்கும் வேகமும் (Processer and Hard disk speed) மிக உயர்ந்த திறன் கொண்டிருந்தால் மட்டுமே இந்த அதிரடியான அளவுமுறையில் பதிவு செய்ய முடியும். ப்ளூ ரே டி.வி.டியில் தற்போது இந்த அளவில்தான் டிஜிட்டல் ஒலிப்பதிவு செய்யப்படுகிறது.

ஊடாடும் உயிரோட்டம்

இப்படி 2010லிருந்து முழுவதும் டிஜிட்டலாக மாறிவிட்டோம். மிகக் குறுகிய காலத்தில் இசையுலகம் அடைந்திருக்கும் இந்த வளர்ச்சியின் அதிவேகத்தில் அனலாக்கை நாம் மறந்துபோய்விட்டோம். இப்போது அதை டிஜிட்டல் உலகமே அறிமுகப்படுத்தவேண்டிய அவசியம் ஏன் வந்தது; இதுவும் பணம் சம்பாதிக்கும் உத்தியா என நீங்கள் நினைக்கலாம். காரணம் அதுவல்ல. ஒலியின் 'உயிர்'த்தன்மையில் உணரப்பட்டிருக்கும் வேறுபாடுதான்.

டிஜிட்டல் ஒலிப்பதிவுமுறை எந்த வகையில் எல்லாம் சிறந்தது என்று ஒரு பட்டியல் போட்டால் அதில் முன்னால் வந்து நிற்கக்கூடியது அதன் 'எளிமை'. அடுத்து, குறைவான நேரம் மற்றும் செலவு. நமக்கு எத்தனை ஒலித்தடங்களில் (Tracks) தேவையோ அத்தனை ஒலித்தடங்களில் நிறைவான, துல்லியமான ஒலிப்பதிவு செய்துகொள்ளும் வசதி போன்றவற்றைக் கூறலாம். ஆனால், அனலாக் ஒலிப்பதிவு முறையில் 'உயிர்' இருக்கும். நாம் உருவாக்கிய இசையின் அசலான தன்மை கொஞ்சம்கூடச் சேதாரம் ஆகாமல் அப்படியே கிடைக்கும்.

ஒரு மார்பிள் சிலையில் இருக்கும் பளபளப்பும் கவர்ச்சியும்தான் டிஜிட்டல் இசை என்றால் களிமண்ணில் செய்து சூளையில் சுட்ட கலையழகு மிக்க 'டெரகோட்டா' சிற்பம்தான் அனலாக். ஒரு உலோகப் பாத்திரத்தில் செய்யப்படும் சமையலை விரைவாகச் சமைத்துவிடலாம். அதில் சுவைக்கும் குறைவிருக்காது.

ஆனால், மண் சட்டியில் செய்யப்படும் உணவின் இயற்கை ருசிக்கு எது ஈடாகமுடியும்? உயிருள்ள ஒரு புல்லாங்குழல் கலைஞன் 'லைவ்' ஆக வாசிக்கும்போது கேட்பதற்கும், அதே புல்லாங்குழல் இசையை கீ போர்டு வழியே வாசிக்கும்போது கேட்பதற்கும் என்ன வேறுபாட்டை உணர்கிறோமோ அதுதான் அனலாக் – டிஜிட்டலில் நாம் பெற்றுக்கொள்வது. டிஜிட்டலில் பல வசதிகள் கிடைத்ததால் இந்த 'உயிர்'த் தன்மையை மறந்து வெகுதூரம் வந்துவிட்டோம்.

இந்தச் சூழ்நிலையில் அனலாக் முறையில் பதிவுசெய்யப்பட்ட இசையைக் கேட்கும்போது அதன் 'ஒரிஜினல்' தன்மையால் கிடைக்கும் 'உயிரோட்டம்' டிஜிட்டலில் குறைவாக இருப்பதைத் தற்போது கண்டுகொண்டதால், இதை எப்படியாவது டிஜிட்டலுக்குள் கொண்டுவந்துவிட வேண்டும் என்கிற முயற்சியால்தான் இன்று டிஜிட்டலுக்குள் அனலாக் ஒரு ஹார்டுவேராக வந்து கம்பீரமாக அமர வந்துவிட்டது.

டிஜிட்டல் முறையில் உருவான உங்கள் இசையின் ஒரு பகுதிக்கு மட்டும் அனலாக்கின் உயிர்த் தன்மையைத் தர வேண்டும் என்று நினைக்கிறீர்கள். இப்போது உங்கள்

கார்த்திக் ராஜா   ஹாரிஸ்ஜெயராஜ்

இசையை டிஜிட்டல் இன்புட்டாக உள்ளே செலுத்தி, அந்தக் குறிப்பிட்ட பகுதியை மட்டும் அனலாக் பகுதிக்குள் அனுப்பினால், அங்கு நடக்கும் செயல்முறையால் அது அனாலாக் இசையாக விரிந்து, கேட்பவரை மிகநெருக்கமாக உணரவைக்கும் அதன் உயிரோட்டத் தன்மை (warmness) மாறாமல்; அதேநேரம் ஒலிப்பதிவில் மீண்டும் டிஜிட்டல் அவுட்புட்டாகவே நீங்கள் வெளியே எடுத்துக்கொள்ளலாம்.

திறமையான மூவர்

அனலாக் இசை மறக்கப்பட்டதற்கு அதன் சில குறைகளும் காரணம். அனலாக் இசை அலையாகப் பயணித்து தன்னைப் பதிவு செய்துகொள்ள வடத்தை (wire) ஊடகமாகக் கொண்டிருப்பதால், அதில் கடத்தியாகப் பயன்படும் மின்சாரத்தால் சில பிரச்சினைகள் ஏற்படுகின்றன. மின்சாரத்தின் குறைந்த, உயர் அழுத்தம், 'எர்த்' சரியாகச் செய்யப்படாதது போன்ற காரணங்களால் 'ம்ம்ம்ம்ம்ம்...' என்ற ஒலியும் சேர்ந்து பதிவாகிவிடும். அதேபோல பிளக்குகளை செருகும்போதும்

பிடுங்கும்போதும், நகர்த்தும்போதும் எழும் 'கிளிச்' என்ற ஒலியும் சேர்ந்தே பதிவாகும்.

இப்படி உபரியாகப் பதிவாகும் தேவையற்ற, எரிச்சலூட்டும் ஒலிகளை வடிகட்டிவிட டிஜிட்டல் தொழில்நுட்பத்தில் மென்பொருட்கள் இருக்கின்றன. ஆனால், அனலாக்கில் அப்படி முடியாது. இந்த இடத்தில் டிஜிட்டல் இசை சார்ந்த கணினித் தொழில்நுட்ப அறிவும், இசை ஞானமும் உள்ள இசையமைப்பாளர்களால் ஒலித் தரத்தில் மிகச் சிறந்த உயரத்தை எட்ட முடிகிறது. இப்படி ஒலித் தரத்தில் இணையற்ற மூன்று தமிழ் இசையமைப்பாளர்கள் என்று ஏ.ஆர்.ரஹ்மானையும் கார்த்திக் ராஜாவையும் ஹாரிஸ் ஜெயராஜையும் என்னால் உறுதியாகக் கூற முடியும்.

சிறந்த கற்பனை வளம் கொண்ட இசையமைப்பாளர்கள் பலருக்கும் டிஜிட்டல் இசை, கணினி அறிவு போதுமான அளவு இருப்பதில்லை. அவர்கள் இந்த விஷயத்தில் தங்களை அப்டேட் செய்துகொள்ளவும் நினைப்பதில்லை. எல்லாவற்றையும் நமது சவுண்ட் இன்ஜினீயர் பார்த்துக்கொள்வார் என்று இருந்துவிடுகிறார்கள். இசையமைப்பாளருக்கும் சவுண்ட் இன்ஜினீயருக்குமான உறவு என்ன, அல்லது ஒரு இசையமைப்பாளரே சவுண்ட் இன்ஜினீயரின் இடத்தை நிரப்ப முடியுமா?

12

இசைக் கலவை ரகசியங்கள்

தொடக்க கால இசைப் பதிவு என்பது மோனாவாக (Mono sound) ஒற்றை ஒலித்தடத்தில் பதிவுசெய்யக்கூடியதாக இருந்தது. அன்று இசைப் பதிவுக் கூடத்தின் ஆர்க்கெஸ்ட்ரா ஹாலில், பேஸ் கிட்டார், கிட்டார், வீணை, தபலா என்று தொடங்கி 8 முதல் 16 வாத்திய இசைக் கலைஞர்கள் வரை அமர்ந்திருப்பார்கள். பாடகர்களுக்கான அறையில் இரண்டு பாடகர்கள் மற்றும் கோரஸ் பாடுபவர்கள் இருப்பார்கள். பாடகர்களுக்குத் தனி மைக்கும் ஒவ்வொரு வாத்தியத்துக்கு என்று தனித்தனியாகவும் மைக் பொருத்தப்பட்டிருக்கும். இசையமைப்பாளர் தனது மெட்டைப் பாடகர்களுக்குக் கற்றுக்கொடுத்திருப்பார்.

இசைக் கோவையில் இடம்பெறும் இசையின் குறிப்புகளை வாத்தியக் கலைஞர்களுக்குக் கொடுத்து, அதை அவர்களை வாசிக்கச் சொல்லி ஒத்திகை பார்த்திருப்பார். பாடல்பதிவு தொடங்கியதும் இசையமைப்பாளரின்

கையசைவுக்காகக் காத்திருக்கும் ஒவ்வொரு வாத்திய இசைக் கலைஞரும் அது கிடைத்ததும் சரியான ஒத்திசைவில் வாசிக்க, பாடகர்கள் அவர்களின் இடம் வரும்போது பாட, அந்தந்த மைக்குகளின் வழியே வரும் வாத்திய இசை, குரல்கள் ஆகியவை 'மிக்ஸர்' (mixer) என்ற அனலாக் கருவியில் ஒன்றிணைக்கப்பட்டு (Pool) 'மோனோ ட்ராக்' எனப்பட்ட ஒற்றை ஒலித்தடத்தில் பதிவு செய்யப்பட்டன. ஸ்டீரியோ அறிமுகமானபோது இதே முறையில் இடம், வலம் என குரல்களும் இசையும் பிரித்து அனுப்பட்டுப் பதிவு செய்யப்பட்டன.

ஸ்டீரியோ என்றால் இவ்வளவுதான்

மனிதர்களாகிய நமக்கு இடது, வலது என்று இரண்டு காதுகள் இருக்கின்றன. ஏன் ஒலிகளையும் இடது, வலது எனத் தனித்தனியே பிரித்து இரண்டு ஸ்பீக்கர்கள் வழியே கேட்கும்படி பதிவு செய்யக் கூடாது என்ற சிந்தனையின் வழியே பிறந்ததுதான் 'ஸ்டீரியோ' (Stereo sound). இந்தியத் திரைப்பட இசைக்கு எழுபதுகளின் இறுதியில்தான் ஸ்டீரியோ வந்து சேர்ந்தது.

தமிழ்த் திரையிசையில் ஸ்டீரியோ இசையைப் பயன்படுத்தி முதன்முதலில் ஒலிப்பதிவு செய்தவர் 'இசைஞானி' இளையராஜா. ரஜினி, ஸ்ரீதேவி நடித்த 'ப்ரியா' படத்தில்தான் அந்தப் புதுமை அறிமுகப்படுத்தப்பட்டது. 'ஹே... பாடல் ஒன்று', 'அக்கரைச் சீமை அழகினிலே', 'டார்லிங் டார்லிங் டார்லிங்', 'என்னுயிர் நீதானே' என அந்தப் படத்தில் இடம்பெற்ற பாடல்களை ஸ்டீரியோவில் நனைத்து எடுத்திருந்தார் ராஜா.

குறிப்பாக 'டார்லிங் டார்லிங்' பாடலில் இரண்டு ஸ்பீக்கர்களில் ஒன்றில், 'டார்லிங் டார்லிங் டார்லிங் 'என்ற குரல் இடப்புறமும் ' ஐ லவ் யூ...லவ் யூ... லவ் யூ' என்று வலப்புறமும் மாறி ஒலித்தபோது ரசிகர்கள் வியந்துபோனார்கள். வாத்தியங்களின் ஒலிகளும் இரண்டு வலது, இடது எனப் பிரித்து பதிவு செய்யப்பட்டிருந்ததில் அந்தப் பாடலின் இசை பரவலாக விரிந்து (wide ness) ஒலித்ததில் இசையின் பிரம்மாண்டம் வெளிப்பட்டு ரசிகர்களைப் பரவசப்படுத்தியது. தமிழில் முதல் ஸ்டீரியோ இசைப்பதிவு எப்படி இருந்தது என இப்போதும் அதை அனுபவிக்க, 'டார்லிங் டார்லிங்' பாடலை ஹெட்போன் பயன்படுத்திக் கேட்டுவிட்டு கட்டுரையைத் தொடர்ந்து படியுங்கள்.

இசைக் கலவை

ஸ்டீரியோ வந்தபிறகு மோனோ முழுவதுமாகக் கடந்துசென்றுவிட்டது. பாடல்பதிவு முடிந்ததும் புல்லாங்குழல் ஒலியைக் கொஞ்சம் உயர்த்தியிருக்கலாமே, தபலா ஒலியைக் கொஞ்சம் குறைத்திருக்கலாமே என இசையமைப்பாளருக்குத் தோன்றலாம். இது பாடல் பதிவுக்கு முன்பே தோன்றியிருந்தால் அனலாக் மிக்ஸர் கருவியில் குறிப்பிட்ட வாத்தியங்களின் ஒலியை ஏற்றி, இறக்கி வைத்துக் கொள்வதன்மூலம் தேவையான மாற்றங்களைச் செய்வதில் சிக்கல் இருக்காது.

ஆனால், மோனோ, ஸ்டீரியோ எதுவாக இருந்தாலும் ஒலிப்பதிவின்போது ஒரு பாடல்

A.M. Studio-ல் சிவக்குமார்

பதிவுசெய்யப்பட்டுவிட்டால் அதன் பிறகு எந்த மாற்றத்தையும் செய்ய முடியாது. காரணம் **'டைம் கோட்'** என்ற சிக்கல் இருந்தது. இந்த இடத்தில்தான் கணினி இசையின் வரங்களில் ஒன்றாக இருக்கும் 'மல்டி ட்ராக்' டிஜிட்டல் ஒலிப்பதிவு வரமாக வந்துசேர்ந்தது.

உங்கள் பாடலைப் பதிவுசெய்து முடித்தபின் பலமுறை போட்டுக் கேட்கிறீர்கள்; இந்த இடத்தில் புல்லாங்குழல் தூக்கலாக ஒலிக்க வேண்டும் என்று உணர்ந்தீர்கள் என்றால், புல்லாங்குழல் இசையைப் பதிவு செய்திருக்கும் ஒலித்தடத்தை மட்டும் தேர்வு செய்து, குழல் இசைக்கு நீங்கள் எவ்வளவு முக்கியத்துவம் கொடுக்க நினைத்தீர்களோ அதைச் செய்து இசையை மேலும் அழகாக ஒலிக்கச் செய்ய முடியும். மேலும் மலைத்தொடரில் உங்கள் பாடல் பட்டுத் தெறித்து, உங்கள் செவிகளைத் தழுவுதல் போன்ற (Reveb, delay and echo) ஒலியனுபவ உணர்வைக் கொடுக்க முடியும்.

அதேபோல் தேவைக்கு அதிகமாக ஒலிக்கும் வாத்தியத்தையும் அது பதிவாகியிருக்கும் ஒலித்தடத்துக்குச் சென்று 'செலக்ட் செய்து', அதைக் குறைக்க முடியும். ஒரு வாத்தியக் கலைஞர் மட்டும் சுருதி சேராமல் இருந்தால்,

அதைச் சரி செய்யலாம். அதேபோல் பாடகர்களும் சுருதி பிசகியிருந்தால் அதையும் தனியாகச் சரிசெய்யலாம். இத்தனை திருத்தங்கள் செய்யக் கணினித் தொழில்நுட்பம் கைகொடுக்கிறது.

உங்கள் இசையின் எந்த ஒலித்தடத்தை மிக அழகாகச் செதுக்க வேண்டும் என்று நினைக்கிறீர்களோ, அந்த ஒலித்தடத்தை உங்களது சவுண்ட் இன்ஜினீயருடன் இணைந்து, அவருடன் உட்கார்ந்து அதை முடிவு செய்யலாம். இதைத்தான் நாங்கள் இசைக் கலவை (Mixing of tracks) என்கிறோம்.

குழப்பம் வேண்டாம்

இசைக் கலவை எனும்போது இசையமைப்பாளரின் படைப்புத் திறனை உணர்ந்து அதை இசைக் கலவையில் சாத்தியப்படுத்துபவர்தான் இசையாக்கத்தில் பணியாற்றும் சவுண்ட் இன்ஜினீயர். இந்த இடத்தில் ஒலி வடிவமைப்பாளர் (Sound designer), சிறப்புச் சந்தங்களை சேர்ப்பவர் (sound effects) ஆகிய கலைஞர்களும் சவுண்ட் இன்ஜினீயர்தான். ஆனால், இவர்களை இசையாக்கத்தில் பணியாற்றும் சவுண்ட் இன்ஜினீயருடன் போட்டுக் குழப்பிக்கொள்ளத் தேவையில்லை. இவருக்கு இசையின் நுட்பமும் அதன் உயிரோட்டமும் தெரிந்திருக்க வேண்டியது மிக அவசியம்.

இசைப் பதிவில் இவர் இயந்திரத்தனமாகச் செயல்பட முடியாது. இசையமைப்பாளரின் இசை மனதைப் புரிந்துகொண்டிருக்கும் இன்னொரு படைப்பாளி என்றே இவரைக் கூறினால் அதில் தவறில்லை. இதற்கு இசையமைப்பாளருடன் அவர் நீண்ட காலமாகப் பயணம் செய்து வந்தவராக இருக்க வேண்டியது மிக அவசியம்.

சவுண்ட் இன்ஜினீயர் என்பவர் திரைப்படத்தின் கதைக்கும் தனக்கும் எந்தத் தொடர்பும் இல்லாதவர்போல் இருக்க மாட்டார். இசையமைப்பாளரைப் போலவே அவரும் கதையில் தோய்ந்து பணியாற்றுவார். இசைப் பதிவில் சின்னச் சின்ன அடிப்படையான விஷயங்களைக்கூட

இவர் தனது அனுபவம் வழியாகக் கற்று வைத்திருப்பார். உதாரணமாக ஒலிப்பதிவுக் கூடத்தில் லைவ் இசையைப் பதிவுசெய்யும்போது, ஒரு குறிப்பிட்ட இசைக் கருவியின் அசலான ஒலியைச் சேதாரம் இல்லாமல் கேப்சர் செய்ய, அதன் அருகில் எப்படி மைக்கை வைக்க வேண்டும் (Mic position) என்பது அவருக்கு மிகத் துல்லியமாகத் தெரிந்திருக்கும்.

அதேபோல் எந்த வாத்தியத்துக்கு எவ்வளவு வால்யூம் வைத்துப் பதிவு செய்தால் அதன் அசல் தன்மை அப்படியே இருக்கும் என்பதும் அவருக்குத் தெரியும். இவை எல்லாமே அனுபவத்தில் வரக்கூடியவை. சவுண்ட் இன்ஜினீயரிங் இந்தப் படைப்புத் திறன் மொத்தமும் ஒரு படத்துக்கான இசையை மாஸ்டரிங் செய்வதில் வெளிப்பட்டிருக்கும். அதைப் பற்றி அடுத்துப் பகிர்கிறேன்.

13

இசைக்குத் தேவைப்படும் இறுதி ஒப்பனை

எகிப்தின் பூர்விக இசை, அதன் பாரம்பரிய வாத்தியங்கள் உலக அளவில் ஏற்படுத்திய தாக்கமும் பரவலும் பற்றிப் பெரிய ஆராய்ச்சிக் கட்டுரையே எழுதலாம். எகிப்தில் கி.மு.முதல் நூற்றாண்டில் வாழ்ந்ததாகக் கூறப்படும் ஏழாம் கிளியோபாட்ராவை அழகுக்கும் அலங்காரத்துக்கும் அதிபதி என்கிறார்கள். கிளியோபாட்ரா குறித்து நமக்குக் கிடைக்கும் வாய்மொழி வரலாற்றுச் சித்திரத்தை ஒட்டுமொத்தமாக நம் மனக்கண் முன் கொண்டுவரும் மிகப்பழமையான வாத்திய இசைகள் இன்றும் எகிப்தில் பிரபலமாக இருக்கின்றன. கிளியோபாட்ரா என்று யூடியூபில் தட்டினால் வந்துவிழும் வாத்திய இசைத்துண்டுகளைக் கேட்டுப்பாருங்கள்.

கிளியோபாட்ரா ஒப்பனையில் ஒரு எகிப்திய மாடல்

கிளியோபாட்ரா, இசையறிவு, வானியல், ஏழு அயல்மொழிகளைக் கற்றுத்தேர்ந்தது உட்படப் பல கலைகளிலும் உடற்கல்வியிலும் விற்பன்னராக இருந்திருக்கிறார். இந்தக் கலைகள் எல்லாவற்றையும்விட

அழகுக்கலையில் அவர் மிகச்சிறந்த நிபுணர். ஏழுவகையான வாசனைத் திரவியங்களைத் தயாரித்து உடலில் பூசிக்கொள்ளும் கறுப்பு அழகியான கிளியோபாட்ரா, தினமும் பாலில் குளித்து, சீனப் பட்டாடை அணிந்து, கண்களுக்கு மை தீட்டி, உதட்டுக்குச் சிவப்புச் சாயம் பூசாவிட்டால் அவரது அழகு முழுமையாக வெளிப்படாது, ஒப்பனையின்றி அவளைக் காணும் யாருக்கும்  கிளியோபாட்ரா என அடையாளம் தெரியாது.

அவள் ஒப்பனையின்றியே ரகசிய நகர்வலம் வருவதை வழக்கமாக வைத்திருந்தாள் என வாய்மொழிக் கதைகள் கூறுகின்றன. மிகச்சிறந்த மெட்டும் வரிகளும் சிறந்த குரலும் ஒரு பாடலுக்கு அமைந்துவிட்டாலும் தேர்ந்த மிக்ஸிங், திறமையான மாஸ்டரிங் ஆகிய இரண்டு ஒப்பனைகள் இருந்தால்தான் அரசவையில் ஆண்டனிக்கு அருகில் முழு அலங்காரத்துடன் அமர்ந்திருக்கும் கிளியோபாட்ராபோல ரசிகருக்கு நெருக்கமானதாக ஒரு பாடல் உருமாற்றம் அடையும்.

மிக்ஸிங் மந்திரம்

இசையமைப்பாளர் பாடலையும் பின்னணி இசைக்கோவையையும் கம்போஸ் செய்து

முடித்துவிட்டார். பின்னர் கீபோர்டில் சீக்குவென்ஸுஂம் செய்துமுடித்துவிட்டார். அடுத்து'லைவ்' வாத்தியங்களையும் சேர்த்துவிட்டார். பாடகர்களும் வந்து பாடிவிட்டார்கள் என்றால் ஒரு பாடலுக்குத் தேவையான அனைத்தும் ஒருங்கிணைக்கப்பட்டுவிட்டன என்று அர்த்தம்.

இதன்பிறகுதான் ஒரு பாடலுக்கு மிக்ஸிங் என்ற ஒப்பனை நடக்கிறது. இதற்காக இசையமைப்பாளரும் மிக்ஸிங் இன்ஜினீயரும் உட்கார்ந்து எந்த இசைக்கருவியின் ஒலிக்கு எவ்வளவு வால்யூம் தேவை என்பதை பிக்ஸ் செய்ய வேண்டும். அடுத்து எந்த இசைக்கருவிக்கு என்ன எஃபெக்ஸ்ட் கொடுக்க வேண்டும் என்பதையும் கவனத்தில் கொண்டு செய்வார்கள். உதாரணமாக, புல்லாங்குழல் என்றால் அதற்கு ரிவேப் எஃபெக்ட்ஸ் (Reverb Effect) கொடுக்க வேண்டும். ஒரு தாளவாத்தியம் என்றால் அதை இறுக்கி, கட்டுக்குள் (Compresser Plug in) வைக்க வேண்டும்.

இல்லாவிட்டால் அது மற்ற முக்கியமான ஒலிகளை டாமினேட் செய்துவிடும். வேவ்ஸ் நிறுவனம், ரெக்கார்டிங், மிக்ஸிங், மாஸ்டரிங் ஆகிய பணிகளுக்கு எண்ணற்ற பிளக்இன் மென்பொருட்களைச் சந்தையில் விட்டிருக்கிறது. இப்போது ஒரு பாடலில் இடம்பெறும் இசைக்கோவைக்காக கிட்டார் இசையைப் பதிவுசெய்துவிட்டோம் என்று வைத்துக்கொள்ளுங்கள். அதை வேவ்ஸின் கிட்டார் ஆம்ஸ் பிளக் – இன் மென்பொருளில் உள்ளிட்டு, அதன் ஒலியைப் பளிச்சென்று தெளிவாக ஒலிக்கச் செய்வது மட்டுமல்லாமல், எலெக்ட்ரிக் கிட்டார், அக்குஸ்டிக் கிட்டார் என எந்த கிட்டாரின் ஒலியாகவும் மாற்றிக்கொள்ளலாம்.

ஒரு பாடலின் இசைக்கோவையில் கிட்டார் இசையானது ஒரேமாதிரியான ஒலி வடிவத்தில் (பேட்டர்ன்) திரும்பத் திரும்ப வருகிறது என்று வைத்துக்கொள்ளுங்கள். லைவ் கிட்டார் வாசித்த வாத்தியக் கலைஞர் தொடக்கத்திலோ நடுவிலோ கடைசியிலோ எதாவது ஒரு இடத்தில் அவர்

வாசித்ததில் எது கச்சிதமாக இருக்கிறதோ அதையே மற்ற எல்லா இடங்களுக்கும் காப்பி செய்து வைத்துவிடுவார் திறமையான மிக்ஸிங் இன்ஜினீயர். இதுபோல் ஒவ்வொரு வாத்தியத்தின் ஒலிக்கும் ஒப்பனை செய்யலாம்.

குவாண்டைஸ் ஆச்சரியம்

அதேபோல் இணைகோடாக வரும் சில ஒலிகளை குவாண்டைஸ் (Quantize) செய்வதும் மிக்ஸிங் பணியில் மிக முக்கியமானது. உதாரணத்துக்கு இரு தாள வாத்தியங்கள் நண்பர்களைப் போலத் தோளில் கைபோட்டுக்கொண்டு இணைந்து வருகின்றன என வைத்துக்கொள்ளுங்கள். அந்த இரண்டில் ஒன்று தள்ளிப் பதிவாகியிருக்கலாம். அப்படித் தள்ளியிருப்பதை குவாண்டைஸ் செய்வதன் மூலம் அந்த வாத்தியங்களின் ஒத்திசைவை இன்னும் துல்லியமாகத் துலங்கச் செய்ய முடியும். தாள வாத்தியங்களுக்கு மட்டுமல்ல, குரல்களுக்கும் இசைக் கோவைக்குமான ஒத்திசைவையும் கூட குவாண்டைஸ் செய்யும் வசதி வந்துவிட்டது. இன்று குரலுக்கும் குவாண்டைஸ் வந்திருப்பது மிக ஆச்சரியமான விஷயம்.

ஒலிகளுக்கான அலங்காரம் முடிந்ததும் அடுத்து பாடகரின் குரலைக் கையில் எடுப்போம். குரலுக்கு ரிவேப், டிலே ஆகிய எஃபெக்டுகள் தேவைப்பட்டால் சேர்க்கலாம். இதைவிட முக்கியமானது பாடகரின் குரலைத் துல்லியமாக்குவது. பாடகரின் குரல் மற்றும் அவரது சுவாசத்திலிருந்து தேவையற்ற உபரி ஒலிகள் இயற்கையாக வெளிப்பட்டு பிசிறுகளாகப் பதிவாகியிருக்கும். அவற்றையெல்லாம் நீக்கிவிட்டு, குரலை மிகத் துல்லியமாகத் துலங்கச்செய்வது மிக்ஸிங்கில் நடக்கும் வேலைதான். இசைக்குச் சம்பந்தமில்லாமல் ஒலிப்பதிவில் பதிவான இதுபோன்ற உபரிகளை எல்லாம் நீக்குவது மிக்ஸிங் இன்ஜினீயரின் அடிப்படையான பணி.

பாடகரின் குரலைப் பொறுத்தவரை ஸ்ருதி பிசகியிருக்கிறது என்றால் மெலடைன் அல்லது ஆட்டோ

டியூன் ஆகிய இரண்டில் ஏதாவது ஒரு மென்பொருளைப் பயன்படுத்தி, அதைச் சரியான அளவில் இழுத்து வைப்பார்கள். இதுவும் மிக்ஸிங்கில் நடப்பதுதான்.

மாஸ்டரிங் எதற்காக?

மிக்ஸிங்கில் செய்ய வேண்டிய ஒப்பனைகள் எல்லாம் முடிந்தபிறகு பாடல் முழுமையடைந்துவிடுகிறது. அப்படியிருக்கும்போது அடுத்து மாஸ்டரிங் என்ற ஒன்று எதற்காக என்ற கேள்வி வருகிறது இல்லையா? ஒலிப்பதிவுக் கூடத்தில் மிக்ஸிங் முடிந்து தயாராகிவிட்ட இறுதி வடிவத்தை அங்கே கேட்கும்போது, அதை உருவாக்கிய இசையமைப்பாளருக்கும் ஒப்பனைகள் செய்த மிக்ஸிங் இன்ஜினீயருக்கும் சரியாகவும் தெளிவாகவும் இருப்பதுபோல் தோன்றும்.

ஆனால், மாஸ்டரிங் செய்யாமல், மிக்ஸிங் மட்டும் முடித்த பாடலை வெளியே கொண்டு சென்று ஒரு ஸ்மார்ட் போனிலோ, அல்லது கார் ஸ்டீரியோ, பொது இடங்களில் உள்ள ஒலிபெருக்கி உள்ளிட்ட வேறு ஆடியோ சாதனங்களில் பிளே செய்து கேட்கும்போது, ஒலிப்பதிவுக் கூடத்தில் கேட்டதிலிருந்து மாறுபட்டு ஒலிக்கும்.

H.M. சிவசங்கர்

மாஸ்டரிங் செய்யாமல் பொதுப் பயன்பாட்டுக்கு அதை ஒரு இசைத் தயாரிப்பாக வெளியிடும்போது, அது ஒரு சாதனத்தில் நன்றாகவும் மற்றொன்றில் வேறுவிதமாகவும் ஒலிக்கும். இந்தப் பிரச்சினையைக் களைந்து எறிவதுதான் மாஸ்டரிங்.

மாஸ்டரிங் செய்யும் ஒலிப் பொறியாளர் பத்துக்கும் மேற்பட்ட வித விதமான ஸ்பீக்கர்களைத் தனது பதிவுக்கூடத்தில் வைத்திருப்பார். தொலைக்காட்சிப்பெட்டி ஸ்பீக்கர்களில் ஒலித்தால் எப்படியிருக்கும், வானொலிப்பெட்டியில் எப்படி ஒலிக்கும், லவ்டு ஸ்பீக்கரில் எப்படி ஒலிக்கும், ஸ்டீரியோ ஸ்பீக்கர்களில் எப்படி ஒலிக்கும் என்று, பொதுப்பயன்பாட்டில் எத்தனை விதமான ஸ்பீக்கர்கள் இருக்கின்றனவோ அது அத்தனையிலும் ஒலிக்கச் செய்து பார்ப்பார்கள்.

அப்போது உணரப்படும் வேறுபாடுகளைக் களைய, எல்லாம் தெளிவாக ஒலிக்கும்படி அட்ஜெஸ்ட் செய்வார்கள். ஏ.ஆர்.ரஹ்மான் தொலைக்காட்சியிலும் சிறந்த ஒலி கிடைக்க வேண்டும் என்பதற்காக பிரத்தியேகமாக டி.வி மாஸ்டரிங் செய்வார். சமீபத்தில் எனது ஆல்பம் ஒன்றை மாஸ்டரிங் செய்யக் கொடுத்தேன். முன்னணி இசையமைப்பாளர்கள் பலருக்கும். ஹெச்.எம்.சிவசங்கர்தான் மாஸ்டரிங் இன்ஜினீயர். இந்தத்துறையில் கடந்த 20வருடங்களுக்கு மேலாக மாஸ்டரிங் விற்பன்னராக இருக்கிறார். அவரிடம் நான், ‘இன்று மக்கள் அதிகம் கேட்கும் சாதனம் எது எனக் கேட்டேன். அதற்கு அவர் “இன்று கையடக்க கருவிகளாகிய ஸ்மார்ட் போன்களில்தான் அதிக மக்கள் கேட்கிறார்கள். ஸ்மார்ட் போன்களில் ஹெட்போன் போட்டுக் கேட்கும் ரசிகர்களுக்கு இணையாக, ஹெட்போன் இல்லாமல் கேட்கும் ரசிகர்களின் எண்ணிக்கையும் அதிகமாகவே இருப்பதால் இன்று போன்களிலும் நான் மாஸ்டரிங் சோதனையைச் செய்துவிடுகிறேன்” என்று கூறியபோது வியந்துபோனேன்.

H. ஸ்ரீதர், K.J. சிங், ஆதி மோடி, சிவக்குமார்

அவர் போனில் மாஸ்டரிங் செய்வதைப் பார்க்கச் சென்றபோது ஆச்சரியமான காட்சியைக் கண்டேன். சந்தையில் மிக மலிவான ஹெட்போன்கள் முதல் விலை உயர்ந்தவை வரை அத்தனையிலும் பாடலை ஒலிக்கவைத்து அவற்றுக்கு ஏற்ப ஒலியின் தரத்தைச் சமப்படுத்தினார்.

இந்த இடத்தில் திரையரங்குகளில் டி.டி.எஸ், டால்பி போன்ற சரவுண்ட் சவுண்ட் ஒலியமைப்பு அமைத்திருக்கிறார்களே அவற்றுக்குச் செய்யப்படும் மிக்ஸிங் மற்றும் மாஸ்டரிங் இதிலிருந்து வேறுபடுகிறதா எனக் கேட்கலாம். அதற்கான விளக்கத்தை விவரிக்கிறேன்.

14

தலைக்குமேல் ஒலிக்கும் இசை!

இன்று வீட்டுக்குள் திரையரங்கம் வந்துவிட்டது. 40, 50 அங்குல பிளாட் டிவிக்கள், 3டி டிவிக்கள் எல்லாம் இன்றைய டிஜிட்டல் ட்ரெண்ட்டின் ஒரு பகுதியாக இருந்தாலும் அவையும் மாறிக்கொண்டிருக்கின்றன. 20 ஆயிரம் ரூபாய்க்குக் கிடைக்கும் அதிநவீன ஃபுல் ஹெச்டி (Full HD) புரஜெக்டர்களை வீட்டின் ஹால் அல்லது படுக்கை அறைச் சுவரில் ஒளிரச் செய்து 20X10 என்ற திரையின் அளவில் வீட்டையே ஒரு திரையரங்காக மாற்றிக்கொண்டிருக்கிறது தொழில்நுட்பப் புரட்சி. என்னதான் பெரிய திரையை சுவரில் ஒளிரச் செய்தாலும், ஹோம் தியேட்டர் ஒலியமைப்பை வீட்டுக்குள் கொண்டுவந்தாலும் ஒரு திரையரங்கில் கிடைக்கும் ஒலி அனுபவம் நிச்சயம் வீட்டில் கிடைக்காது.

அதற்கான முக்கிய காரணம் திரையரங்கின் விசாலத் தன்மை. அதுதான் அடிப்படையான இடைவெளிகளில் ஸ்பீக்கர்களை சுற்றிலும் பொருத்தவும் ஒலியின் துல்லியத்தை சரவுண்ட் சவுண்டாக பார்வையாளர்கள்

துல்லியமாக உணரவும் களம் அமைத்துத் தருகிறது. முதலில் மோனோவாக, பின்னர் ஸ்டீரியோவாக திரையரங்குகளில் நாம் கேட்டுவந்த ஒலி, பல ஒலித்தடங்களில் பயணிக்கும் சரவுண்ட் சவுண்ட் ஒலியமைப்பாக (Surround Sound) மாறியபின் ஏற்பட்ட இந்த மாற்றம், திரையரங்கில் நமக்குக் கிடைத்த புதிய ஒலி அனுபவமாக அமைந்தபோது திரைப்படத்தை இன்னும் நெருக்கமாக உணரவைத்தது.

முதலில் டால்பி, அடுத்து டி.டி.எஸ், அடுத்தகட்டமாக டால்பி அட்மாஸ் என தொழில்நுட்பம் வந்துகொண்டே இருப்பதும், இதற்கான ஸ்பீக்கர்கள் அமைப்புமுறை 5.1 என்று இருந்து பின்னர் 7.1 என மாறி ஒலியமைப்பின் அடுத்தடுத்த விரிவுகள் வந்துகொண்டே இருக்கின்றன. இப்படி முன்னேறிக்கொண்டே இருக்கும் நவீன ஒலியமைப்பு முறையை திரையரங்கில் ‘அப்டேட்’ செய்து கொண்டே இருப்பதன்மூலம்தான் பார்வையாளர்களைத் தக்கவைத்துக்கொள்ளமுடியும் என்ற நிலையில் திரையரங்குகள் இருக்கின்றன. இன்று 2கே தரத்தில் திரையிடும் திரையரங்குகளே அதிகம். இவை அனைத்தும் அடுத்து 8கே தரத்துக்கு மாறி எதிர்காலத்தில் 8கே என்பதையும் தாண்டிச் சென்றுவிடும் காலம் வெகுதூரத்தில் இல்லை. இப்படிப்பட்ட டிஜிட்டல் திரையிடலும் சரவுண்ட் சவுண்ட் ஒலியமைப்பும் இல்லாத திரையரங்குகள் மிகக்குறைவு. இன்றைய டிஜிட்டல் புரட்சிக்கு ஈடுகொடுத்து இயக்குநரும், தயாரிப்பாளரும் ஒத்துழைப்பு தர, படத்தின் அதிநவீன முறையில் ஒரு படத்துக்கான திரையரங்க அனுபவத்தை உருவாக்குவதற்காகவே சரவுண்ட் மிக்ஸிங் மற்றும் சரவுண்ட் மாஸ்டரிங் பணிகள் நடந்தேறுகின்றன.

காட்சிகளுக்கான மிக்ஸிங்

குறிப்பாக பாடல்கள் 40 முதல் 100 ஒலித்தடங்களில் பதிவு செய்யப்பட்டிருக்கிறது என்று வைத்துக்கொள்ளுங்கள். அதை 16 அல்லது 8 ஒலித்தடங்களுக்கு ‘ப்ரி மிக்ஸ்’(Pre Mix) செய்து சுருக்கிய ட்ராக்கைத்தான் மிக்ஸிங்,

மாஸ்டரிங் செய்யப் பயன்படுத்துவார்கள். அதுவும் திரையில் காட்சிகளைப் பார்த்துக்கொண்டுதான் மிக்ஸிங் செய்வார்கள். உதாரணத்துக்குப் பாடல் காட்சியில் கதாநாயகி திரையில் வலப்புறத்திலிருந்து இடப்புறம் பாடியபடியே நடந்துசெல்கிறார் என்று வைத்துக்கொள்ளுங்கள். அவரது குரலையும் அவர் நகர்ந்து செல்லும் வேகத்துக்கு ஏற்ப வலப்புறத்திலிருந்து இடப்புறம்(Voice Panning) மெல்ல நகர்த்திச் செல்லலாம். அடுத்தமுறை திரையரங்கில் படம் பார்க்கும்போது இதை நீங்கள் கவனித்தால் உணர்வீர்கள்.

அதேபோல காட்சிக்கோணங்களுக்கு ஏற்ப, கதாபாத்திரங்களின் சூழலும் மனநிலையும் சிதைந்துவிடாத வகையில் ஒலிகளை நகர்த்தமுடியும். 'காக்க காக்க' படத்தில் ஜீப்பில் சூர்யா ஜோதிகா இருவரும் செல்லும் 'என்னைக் கொஞ்சம் மாற்றி' பாடலில் ஜீப் செல்லும் வேகத்துக்கு ஏற்ப ரிதமும் பயணம் செய்வதை படம் பார்க்கும்போது உணர்ந்திருப்பீர்கள். இப்படிச் செய்வதால் அந்தக் கதாபாத்திரங்களுக்குப் பக்கத்தில் அல்லது அவர்களை நாம் பின் தொடர்ந்து செல்வதுபோன்ற 'லைவ்' உணர்ச்சியைக் கொடுக்கும். அதேபாடல் காட்சியில் நாயகன் நாயகியைக் கண்காணிக்க ஒரு ஹெலிகாப்டர் தலைக்குமேல் பறந்து செல்கிறது அல்லது ஒரு பறவை மேலிருந்து கீழே பறந்துவந்து இடமோ வலமோ செல்கிறது என்றால் அதற்கான எஃபெக்ட்களையும் பாடலில் மிக்ஸிங் செய்யும் பணி நடக்கும். திரையரங்குகளில் காட்சியுடன் பாடலைக் கண்டு கேட்கும்போது கிடைக்கும் இந்த எல்லா ஒலிகளும் ஆல்பமாக ஆடியோ சந்தையில் கிடைக்கும் பாடலில் இருக்காது.

மழைத்துளியை உணரவைக்கும் அட்மாஸ்

இத்தனை நாளும் திரையரங்கில் நம் காதுகளைச் சுற்றிக் கேட்ட ஒலிகள் தற்போது ' டால்பி அட்மாஸ்'(Dolby Atmos) என்ற தொழில்நுட்பத்தின் மூலம் நம் தலைக்குமேலும் கேட்கத் தொடங்கிவிட்டன.

அது ஒரு மழைக்காட்சி. நாயகனும் நாயகியும் ஒரு குடைக்குள் நடந்து வருகிறார்கள். இப்போது மழைத்துளிகள் வானிலிருந்து குடையின் மீது விழுந்து தெறிக்கின்றன. அந்த ஒலிகளை அட்மாஸில் மிக்ஸ் செய்வதன் மூலம் பார்வையாளர் குடைக்குள் இருப்பதுபோல் உணரவைத்துவிட முடிகிறது. மழைத்துளியோ, இடிச்சத்தமோ, விமானமோ, பறவையோ பறந்து செல்லும் காட்சிகளில் அட்மாஸ் ஒலிகள் வரும்போதெல்லாம் திரையரங்கக் கூரையை நிமிர்ந்து பார்க்கும் பார்வையாளர்கள் ஒருகணம் ஆச்சரியப்பட்டுத் திகைத்துவிடுகிறார்கள். அதேபோல் சரவுண்ட் பேக் ஸ்பீக்கரிலிருந்து வரும் குரலையோ ஒலியையோ கேட்டு முதுக்குப்பின்னால் திரும்பிப் பார்க்கத் தோன்றும். குறிப்பாக திகில் படங்களில் ஒலிகள் எங்கிருந்து எங்கு பயணிக்கின்றன என்பதைப் பொருத்து சரவுண்ட் ஒலியமைப்பின் மாயாஜாலத்தை திரையரங்கில் கூடுதலாக உணர்ந்திருப்பீர்கள்.

பாடல் காட்சி, வசனக்காட்சி, ஆக்ஷன் காட்சி என எதுவாக இருந்தாலும் டால்பி அட்மாஸ் என்ற நவீன முறைகளில் மிக்ஸிங் செய்ய இன்று சென்னையில் பல ஸ்டுடியோக்கள் இருக்கின்றன. அவற்றில் ஏ.ஆர். ரஹ்மானின் ஏ.எம் மற்றும் ஏ.எச், ஏவிஎம், பிரசாத் ஸ்டுடியோக்கள் முதன்மையானவை.

இந்தத் துறையில் இந்திய சினிமாவே பாராட்டக்கூடிய ஒரு மாபெரும் ஒலியமைப்புக் கலைஞராக விளங்கியவர் மறைந்த சவுண்ட் இன்ஜினீயரிங் மேதை எச்.ஸ்ரீதர். எண்ணற்ற விருதுகளை வாங்கிக் குவித்த இவர், ஒரு சிறந்த இசைக் கலைஞரும் கூட. இவரது மிக்ஸிங் முறையைக் கண்டு ஹாலிவுட்டே வியந்திருக்கிறது. ஏ.ஆர்.ரஹ்மானும் இவரும் நெருங்கிய நண்பர்கள். ரஹ்மானின் பெரும்பாலான படங்களுக்கு மிக்ஸ் செய்தவர் இவர்தான். ஏ.ஆர்.ரஹ்மானிடம் அவரும் நானும் இணைந்து பணியாற்றியபோது கிடைத்த அனுபவங்களைப் பகிர்கிறேன்.

15

மனத்திரைக்கு உயிரூட்டிய இசை

இசையமைப்பது மட்டும்தான் முன்பு இசையமைப்பாளரின் படைப்புப் பணி. மெட்டுப்போட்டு, இசைக்கோவையை உருவாக்கி, பாடகரைத் தேர்வு செய்து பாடவைப்பது மட்டும்தான் அவரது வேலையாக இருந்தது. ஒலிப்பதிவு, ஒலிக்கலவை உள்ளிட்ட வேலைகளைச் செய்ய 'சவுண்ட் இன்ஜினீயர்' இருந்தார். ஆனால், தொழில்நுட்பம் வளர்ந்து கணினி உள்ளே நுழைந்த பிறகு இசையமைப்பாளரே 'சவுண்ட் இன்ஜினீயர்' ஆக மாறிவிட்டார்.

இது ஒருவகையில் மேம்பட்ட இசையைத் தர உதவியிருக்கிறது. முன்பெல்லாம் ஒலிப்பொறியாளர் அருகில் இசையமைப்பாளர் அமர்ந்துகொண்டு 'வயலின் இசையை இப்படி மாற்றி வையுங்கள்' என்று கூறினால், அதை ஒலிப்பொறியாளர் எவ்வளவு புரிந்து உள்வாங்கிக்கொண்டாரோ அந்த அளவுதான் அவரால் திருத்தம் செய்ய முடிந்தது.

ஆனால், இசையமைப்பாளரே ஒலிப்பொறியாளர் ஆனபிறகு, தனது தொழில்நுட்பத் திறமையைக் கலைநுட்பமாக மாற்றத் தொடங்கினார். வயலினின் குரல், கதாபாத்திரத்தின் குரலாக ஒலிக்க அது எந்த அளவு இருக்க வேண்டும்; 'வயலினே வருந்தாதே' எனத் தன் குரலை ஒடுக்கிக்கொண்டு தேவையான அளவுக்கு மட்டுமே கிட்டார் இசைக்கிறதா; 'மாற்றம் இல்லாமல் வாழ்க்கை இல்லை' என்று இந்த இரு வாத்தியங்களையும் தோளில் தொட்டு, தபலா தட்டிக்கொடுக்கிற த்வணி தாளத்தில் ஒலிக்கிறதா என்று தாம் விரும்பும் ஒலி நேர்த்தியை 100 சதவீதம் கொண்டுவர முடிகிறது. இப்படி இசையமைப்பாளர், ஒலிப்பொறியாளர் ஆகிய இரண்டு பணிகளையும் முதலில் ஒருவரே கையிலெடுத்தார் என்றால் அவர் ஏ.ஆர்.ரஹ்மான்தான்.

ஒலிப்பொறியாளராக ரஹ்மான் தன்னை மேம்படுத்திக்கொண்டிருந்தபோதும் ஸ்ரீதர் போன்ற சிறந்த ஒலிக் கலைஞரைத் தன் பக்கத்திலேயே வைத்துக்கொண்டார். அவரது மேதைமைக்குக் களம் அமைத்துக்கொடுத்தார். சவுண்ட் டிசைன், சவுண்ட் எஃபெக்ட்ஸ், மிக்ஸிங், மாஸ்டரிங் என எல்லாவற்றிலும் கிங் ஆக இருந்தவர் எச்.ஸ்ரீதர். அவர் எல்லா முன்னணி இசையமைப்பாளர்களுக்கும் பணிபுரிந்திருக்கிறார்.

மிகப் பெரிய படங்களுக்குத் தமிழில் அதிகமாக மாஸ்டரிங் செய்தவர் அவர்தான். திரையிசையில் 'சவுண்ட்' பற்றிப் பேசினால் ஸ்ரீதரைத் தவிர்க்க முடியாது. அவர் பணியாற்றும் ஒவ்வொரு படத்திலும் மிக அதிக ஈடுபாட்டைக் காட்டியவர். இசையமைப்பாளரின் படைப்பாற்றலுடன் சரியான புள்ளியில் இணைந்துகொள்ளும் வல்லமை அவரிடம் இருந்தது.

ஒருநாளின் 24 மணி நேரத்தில் 23 மணி நேரம் வேலைசெய்துகொண்டே இருப்பார். அதுதான் அவரது ஆயுளை எடுத்துக்கொண்டது என்று அவருடன் நெருங்கிப்

பழகியவர்களுக்குத் தெரியும். ரஹ்மானும் ஸ்ரீதரும் மிக நெருங்கிய நண்பர்கள். சவுண்ட் பற்றி எதுவென்றாலும் அவரிடம் கேட்டுத் தெரிந்துகொள்ளலாம். தொழில் ரகசியங்களைப் பொத்திப் பொத்தி வைக்க வேண்டும் என்ற எண்ணம் இல்லாத கலைஞர்.

ஒலியை எப்படியெல்லாம் பயன்படுத்தலாம் என்பதை இவரிடம்தான் கற்றுக்கொண்டேன். அப்படிப்பட்ட ஸ்ரீதர் சாருடன் நானும் இணைந்து பணியாற்றக் காரணமாக இருந்தவர் 'இசைப்புயல்'. ஏ.ஆர்.ரஹ்மான். அவரிடம் உதவியாளராகச் சேர்ந்திருக்காவிட்டால் ஸ்ரீதரை நான் சந்தித்திருக்கவே மாட்டேன். இந்த இடத்தில் ரஹ்மானிடம் நான் எப்படி இணைந்தேன் என்ற கதையை உங்களுக்குப் பகிர விரும்புகிறேன்.

ஸ்டீரியோ நினைவுகள்

எனக்குச் சொந்த ஊர் சேலம். என் தந்தை கலெக்டராக இருந்தவர். சிறந்த இசை ரசிகர். ஒரு பாடலில் இடம்பெற்றிருக்கும் ஒலிகளையும் இசைக்கோர்வைகளையும் தனித்தனியாகக் குறிப்பிட்டு ரசிப்பார். ஸ்டீரியோ டேப் ரிக்கார்டர் முதன்முதலில் அறிமுகப்படுத்தப்பட்டபோது அதை வெளிநாடுகளில் வசிக்கும் உறவினர்களிடம் கூறித் தருவித்தவர். அடுத்து நாலடி உயரம் கொண்ட பெரிய அளவிலான ஸ்டீரியோபோனிக் ஸ்பீக்கர்களையும் காஸ்மிக் என்ற அனலாக் ஆம்பிளிபயர் கருவியையும் வெளிநாட்டிலிருந்து வரவழைத்தார். அதில் கிராமபோன் தட்டு, கேசட் இரண்டையுமே பிளே செய்யலாம். அப்போது நான் கல்லூரியில் முதலாண்டு படித்துக்கொண்டிருந்தேன்.

அந்தக் கருவியில் பாடல்களைப் போட்டதும் இரண்டு ஸ்டீரியோ ஸ்பீக்கர்களிலும் ஒலிகள் பிரிந்து ஒலிக்கும். ஆண் பாடகரின் குரல் ஒரு ஸ்பீக்கரிலும் பெண் பாடகரின் குரல் ஒரு ஸ்பீக்கரிலும் கேட்கும். மாலை நேரங்களில் அண்ணன் ஷாஜஹான் அதில் பாடல்களைப் போடும்போதெல்லாம் அக்கம் பக்கத்தினர், உறவினர்கள், நண்பர்கள் எனப்

தாஜ் நூர் | 105

பாடலை இந்த ஸ்பீக்கரில் கேட்பதற்காகவே எங்கள் வீட்டுக்கு வந்துவிடுவார்கள். இன்று இசையைக் கேட்பதில் எவ்வளவோ முன்னேறிவிட்டாலும் அன்று அந்த ஸ்பீக்கர்களில் கேட்டது பிரம்மாண்டமாக இருந்தது. நான் அந்த ஸ்பீக்கர்களின் பக்கத்தில் போய் உட்கார்ந்துகொண்டு இன்னும் நெருக்கமாகக் கேட்டுக்கொண்டிருப்பேன்.

மனத்திரையில் காட்சிகள்

அப்போது ஏ.ஆர்.ரஹ்மான் இசையமைத்த 'ரோஜா' படத்தின் இசை வெளியாகியிருந்தது. அதன் கேசட்டை அண்ணன் வாங்கி வந்திருந்தார். அதை முதன்முதலாக அதில் போட்டு பிளே செய்தபோது இசையொலிகள் அறைமுழுவதும் தெறித்துப் பரவின. நான் வியந்துபோனேன். அண்ணன் வேறொரு கேசட்டை எடுத்துப் போட்டுப்பார்த்தார். ஏற்கெனவே எப்படி ஒலித்ததோ அப்படித்தான் அது ஒலித்தது.

மீண்டும் 'ரோஜா' படத்தின் கேசட்டை பிளே செய்தார். 'புது வெள்ளை மழை இங்கு பொழிகின்றது' என்ற வரிகள் தொடங்குவதற்கு முன் ஒலித்த தொடக்க இசை, அதன் காட்சிகளைத் திரையில் காணும் முன்பே எங்கோ ஒரு பனிமலையில் இருந்தபடி நாயகனும் நாயகியும் பாடுவதுபோன்ற காட்சிக் கற்பனையை என் மனத்திரையில் அந்த இசை ஓட்டிக் காட்டியது.

அண்ணன் வேலைக்குச் சென்ற பிறகு, 'ரோஜா' படத்தின் பாடல்களைத் திரும்பத் திரும்ப ஒலிக்கவிட்டுக் கேட்டுக்கொண்டே இருந்தேன். ஒலிகளை இப்படிக் கோர்க்க முடியுமா, குரல்களை மலைமுகடுகளில் ஒலிப்பதுபோல் செய்ய முடியுமா, இவ்வளவு சவுண்ட் குவாலிட்டி கொடுக்க முடியுமா என்று வியந்தேன். ஏ.ஆர். ரஹ்மான் யாரென்று தெரிந்துகொள்ளத் தொடங்கினேன். அதன் பிறகு 'காதலன்' படத்தில் இடம்பெற்ற 'சிக்குபுக்கு சிக்குபுக்கு ரயிலே' பாடல் வெளியான பிறகு ரஹ்மானின் இசை மீது பெரும் ஆவல் உருவாகிவிட்டது.

பிறகு, கல்லூரி முடித்துவிட்டு சென்னை வந்து இசை தந்த உந்துதலில் 'மல்டி மீடியா' படித்து முடித்தேன். டிஜிட்டல் தொழில்நுட்பம் வளர்ந்துகொண்டிருந்த 90களில் மல்டி மீடியா படிப்பு அறிமுகமாகியிருந்தது. அதைப் படித்து முடித்ததுமே சென்னையில் வேலை கிடைத்துவிட்டது. வேலை நேரம் முடிந்து அறைக்குத் திரும்பிவிட்டால் இசையைக் கேட்பதுதான் ஒரே பொழுதுபோக்கு.

அந்த நேரத்தில் 'மே மாதம்' திரைப்படம் வெளியாகி 'மார்கழிப் பூவே' பாடல் ஹிட்டாகியிருந்தது. கிடைக்கும் விடுமுறை நாட்களில் சேலத்துக்குச் செல்லும்போதெல்லாம் அருண் மியூசிகல்ஸ் என்ற ஒலிப்பதிவுக் கடைக்குச் செல்லாமல் இருக்க மாட்டேன். நாம் விரும்பும் பாடல்களை ஒரிஜினல் கேசட்களில் உள்ளபடியே அதே தரத்தில் ஒலிப்பதிவு செய்துதருவார் அந்தக் கடைக்காரர். இந்தத் துல்லியத்துக்காக சென்னையிலிருந்து வந்து அவரிடம் கேசட் ஒலிப்பதிவைச் செய்துகொண்டு செல்வார்கள்.

வெளிநாட்டிலிருந்து தருவிக்கப்பட்ட கேசட்டுகளை அவரிடம் கொடுத்து எனக்கு விருப்பமான பாடல்களை எழுதிக்கொடுத்துவிட்டுவந்தால் ஒருமாதம் கழித்துத்தான் கேசட் கிடைக்கும். 'மார்கழிப் பூவே' பாடலை மட்டும் திரும்பத் திரும்ப கேசட்டின் இரண்டு பக்கங்களிலும் பதிவுசெய்து தாருங்கள் என்று கேட்டதும் அந்தக் கடைக்காரர் என்னை ஒருமாதிரி பார்த்துவிட்டு ஒலிப்பதிவு செய்துகொடுத்தார்.

வேலைமுடிந்து திரும்பியதும் அந்த கேசட்டைப் போட்டுவிட்டு படுத்துவிடுவேன். மூன்றாவது முறை கேட்கும்போது தூங்கிப்போயிருப்பேன். இரவு முழுவதும் அந்தப் பாடல் அறையில் தவழ்ந்துகொண்டே இருக்கும். அந்தப் பாடல் இல்லாமல் தூக்கம் வராது என்று நினைக்கிற அளவுக்கு அந்தப் பாடலின் ஒவ்வொரு பிட்டும் எனக்குப் பரிச்சயமாகிவிட்டது.

தொடர்ந்து ரஹ்மானின் பாடல்கள் வெளியாகி என்னைப் போன்ற இசை ரசிகர்களை முழுவதுமாக கவர்ந்து இழுத்துக்கொண்ட அந்தக் காலகட்டம்தான் இசையமைப்பாளரே ஒலிப்பொறியாளராக மாறிநின்ற தருணம். தனது பாடல்களில் ஒலியின் தரமும் அளவும் ஒருங்கிணைப்பும் எப்படி அமைய வேண்டும் என்பதைத் தாமே ஒரு ஒலிப்பொறியாளராக மாறிநின்று முடிவுசெய்த ரஹ்மானை நான் சந்தித்தது ஒரு பள்ளிவாசலில்.

16

புற்றீசலாகப் பெருகும் புதிய இசையமைப்பாளர்கள்!

நான் நேசித்த, வியந்த ஓர் இசையமைப்பாளரிடம் முதன்மை உதவியாளராகச் சேருவேன் என்று கனவிலும் நினைக்கவில்லை. அப்போது நான் ஸ்டெர்லிங் கம்ப்யூட்டர்ஸ் என்ற நிறுவனத்தில் பணியாற்றிக்கொண்டிருக்கிறேன். அந்த நிறுவனம் நுங்கம்பாக்கத்தில் இருந்தது. அது 1997 ம் வருடம். பக்ரீத் பண்டிகைக்கு ஊருக்குச் செல்லலாம் என்றால் அலுவலகத்துக்கு செய்துகொடுக்க வேண்டிய 'அவுட் சோர்சிங்' வேலைகள் அதிகமாக இருந்தன. இதனால் விடுமுறை கேட்டும் எனக்குக் கிடைக்கவில்லை. அதனால் பக்ரீத் பண்டிகை அன்று எனது அலுவலகம் அருகில் இருக்கும் பள்ளிவாசலுக்குச் சிறப்புத் தொழுகைக்காகச் சென்றேன்.

பண்டிகை நாள் என்பதால் கூட்டம் அதிகமாக இருந்தது. நேரம் அமையும்போதெல்லாம் நான் சென்று வருகிற பள்ளிவாசல்தான். நான் வழக்கமாக அமரும் இடம்

நிறைந்திருந்ததால் வேறு எங்கே இடமிருக்கிறது என்று பார்த்து அங்கே சென்று அமர்ந்தேன். கவனம் முழுவதும் தொழுகையில் இருந்தது. பக்ரீத் தொழுகை முடிந்ததும் நமது இடப்புறம், வலப்புறம் அமர்ந்திருப்பவர்களைப் பார்த்து வாழ்த்துகளைப் பகிர்ந்துகொள்வது வழக்கம். நான் இடப்புறம் இருப்பவருக்கு வாழ்த்துச் சொல்லிவிட்டு வலப்புறம் திரும்பினேன். ஏ.ஆர்.ரஹ்மான் அமர்ந்திருந்தார். அவரும் என் பக்கம் திரும்பி பக்ரீத் வாழ்த்துக்கள்... கூறினார். நானும் அவருக்கு வாழ்த்துச் சொல்லிவிட்டு உங்களைச் சந்தித்ததில் மிகவும் மகிழ்ச்சியடைகிறேன் என்றேன். நீங்கள் என்ன செய்துகொண்டிருக்கிறீர்கள்? என்று என்னை விசாரித்தார். மல்டிமீடியா இன்ஜினீயர் என்றேன். உடனே அவர், எனது அலுவலக போன் நம்பரைக் குறித்துக்கொள்ளுங்கள். என்னை வந்து பாருங்கள் என்றார். அப்போது மொபைல் போன் வந்திருக்கவில்லை.

ரஹ்மானின் வாழ்த்து

இதற்கிடையில் எனக்குத் திருமணம் ஏற்பாடாகியிருந்தது. திருமண அழைப்புடன் அவரைச் சென்று சந்திப்போம் என்று போனபோது ரஹ்மான் மும்பை சென்றிருந்தார். எனது திருமண அழைப்பிதழைக் கொடுத்துவிட்டு வந்துவிட்டேன். திருமணமே வாழ்க்கையின் முக்கிய திருப்பம். அன்று மேலும் ஒரு திருப்பமாக ஏ.ஆர்.ரஹ்மானிடமிருந்து எனக்குத் திருமண வாழ்த்து வந்திருந்தது. அவர் கைப்பட எழுதி அனுப்பியிருந்தார். இவ்வளவு பெரிய வெற்றியாளர் பக்ரீத் வாழ்த்துச் சொன்ன நம்மை நினைவில் வைத்து, திருமண வாழ்த்துச் செய்தி அனுப்பியிருக்கிறாரே என்று வியந்துபோய், சென்னை வந்ததும் அவரைச் சந்தித்து நன்றி கூற, அவரது அலுவலகத்துக்கு போன் செய்து, 'எப்போது வந்தால் சாரைச் சந்திக்கலாம்' என்று கேட்டேன்.

அலுவலகத்தில் இருந்தவர், "நீங்கள் சென்னை வந்துட்டீங்களா? சார் உங்களைப் பலமுறை கேட்டார்.

பஞ்சதன் ஸ்டுடியோவில் ரஹ்மானுடன் நான்

உங்களைத்தான் அவர் தேடிக்கொண்டிருக்கிறார். உடனே அலுவலகம் வாருங்கள்" என்றார். நான் காலை 11 மணிக்கு ரஹ்மானின் அலுவலகத்துக்குச் சென்று காத்திருந்தேன். ஆனால், ரஹ்மானின் அலுவலகத்தில் இசைப் பணிகள் தொடங்குவது மாலை 6 மணிக்குத்தான் என்பதை அப்போது தெரிந்துகொண்டேன். மாலை 6 மணிக்கு ரஹ்மான் ஃபிரெஷ்சாக வந்தார். மாலை தொடங்கி மறுநாள் காலை 10 மணிவரை ரஹ்மான் பணியாற்றுவார் என்பதும் அவர் ஓர் இரவுப் பறவை என்பதையும் போகப்போகத் தெரிந்துகொண்டேன்.

எம்.டி.யின் பாராட்டு

அன்று என்னைப் பார்த்ததும் நலம் விசாரித்துவிட்டு, எனது வேலை குறித்து விசாரித்தார். நான் விவரங்களைக் கூறிமுடித்ததும் உடனே என்னை அவரது ஸ்டுடியோவுக்கு அழைத்துச் சென்று பிரிக்கப்படாமல் இருக்கும் ஆப்பிள் கம்ப்யூட்டர்களைக் காட்டினார். 'மேக்' ஆபரேடிங்

சிஸ்டம் என்பது எனக்குப் பரிச்சியமாக இருந்ததால், அந்த ஆப்பிள் கம்ப்யூட்டர்களைப் பார்த்துப் பரவசமாகினேன். அடுத்துவந்த ஒருவார காலம், ரெக்கார்டிங், மிக்ஸிங் என்று எல்லாப் பணிகளையும் அழைத்துச் சென்று காட்டினார். நான் திருமணத்துக்காக போட்டிருந்த விடுமுறை முடியும் கட்டத்துக்கு வந்துவிட்டது. இதை அவரிடம் கூறியபோது "உங்கள் அலுவலகத்துக்குப்போய் முறையாகச் சொல்லிவிட்டு நாளை முதல் இங்கே வந்துவிடுங்கள்" என்றார்.

எனக்கோ தலைகொள்ளாத மகிழ்ச்சி. என்றாலும் தயக்கத்துடன் எனது மேலதிகாரியைச் சந்தித்து பணியிலிருந்து விடுவிக்கும்படி கேட்டேன். உடனே அவர், "நம்மைவிடப் பெரிய நிறுவனம் சென்னையில் இருக்கிறதா?" என்று கேட்டார். "இல்லை சார், ஏ.ஆர்.ரஹ்மான் ஸ்டுடியோவில் வேலை" என்றேன். அதைக் கேட்டு, என்னைவிட அதிகமாகச் சந்தோசப்பட்டார். பின்னர், நான் ஏ.ஆர். ரஹ்மானிடம் பணியாற்றுவதைக் கேள்விப்பட்ட எனது எம்.டியும் அவருடைய துணைவியாரும் என்னை போனில் அழைத்துப் பாராட்டினார்கள். அவர் பின்னாளில் ஏர்செல் என்ற புகழ்பெற்ற நிறுவனத்தைத் தொடங்கிய சி.எஸ். திரு.சிவசங்கரன்.

இருவேறு தரம்

ரஹ்மானிடம் உதவியாளராக நான் சேர்ந்தபோது 'மிஸ்டர் ரோமியோ' படத்தின் வேலைகள் நடந்துகொண்டிருந்தன. ரஹ்மானின் ஸ்டுடியோவில் இசைக்கென்று அவர் இறக்குமதி செய்து நிறுவியிருந்த கம்ப்யூட்டர்களின் செயல்திறன் அளவைக் கண்டு ஆச்சரியப்பட்டுப் போனேன். ஒரு கம்ப்யூட்டர் இன்ஜினீயாரான எனக்கு கம்யூட்டரில் இருக்கும் ஹார்ட் டிஸ்க் அதன் மெமரி ரேட் எல்லாமே தெரிந்தவைதான். ஆனால், இசைப் பதிவின் பயன்பாட்டுக்கு என்று வருகிறபோது இதன் ஆர்.பி.எம் ரேட் வேறாக இருந்தது.

A.M. ஸ்டுடியோ, சென்னை.

எல்லாமே 'புரோ' என்று சொல்லக்கூடிய (Pro Quality) மிக உயர்ந்த தரத்தில் இருந்தன. அன்று சாதாரண கம்ப்யூட்டர்களில் இருந்த 50 ஜிபி மெமரியின் விலை 20 ஆயிரம் ரூபாய் என்றால் இசைக்காகப் பயன்படுத்தப்படும் மெமரியின் விலை 2 லட்சம் ரூபாய் என்பதும் இரண்டுமே தரத்தில் அடிப்படையில் வெவ்வேறு வகையானவை என்பதையும் ரஹ்மான் ஸ்டுடியோவில்தான் நான் தெரிந்துகொண்டேன்.

மல்டி மீடியாவும் கம்ப்யூட்டரும் தெரிந்த எனக்கு இது பெரிய ஆச்சரியமாக இருந்தது. இது வேறு களம் என்பதை அப்போது புரிந்துகொண்டேன். என்னதான் இசை என்றாலும் இவ்வளவு குறைந்த மெமரிக்கு ஏன் இத்தனை அதிகமான விலை என்ற கேள்வி எனக்குள் எழுந்தது. சந்தையில் இருக்கும் ஹார்ட் டிஸ்கையே பயன்படுத்தலாமே, ஏன் இவ்வளவு விலைகொடுக்க வேண்டும் என்று கேட்டுவிட்டு, 20 ஆயிரம் ரூபாய் டிஸ்கை வாங்கி வந்து ரஹ்மான் ஸ்டுடியோவில் பதிவு செய்து பார்த்தேன். ஆனால், இதில் ஒரு ட்ராக் கூட உருப்படியாகப்

பதிவு செய்யமுடியவில்லை. ஆனால், அங்கிருந்த புரோ மெமரியில் 32 ட்ராக் பண்ண முடிந்தது. இசைப் பயன்பாட்டுக்கான 'புரோ' சாதனங்களின் தரமே வேறு என்பதை அப்போது அங்கேதான் தெரிந்துகொண்டேன்.

இல்லாமல்போன இடைவெளி!

கடந்த 25 ஆண்டுகளுக்குள் ஏற்பட்ட தொழில்நுட்ப வளர்ச்சி, இசையுலகில் பயன்படுத்தும் மிக உயர்ந்த 'புரோ' தரம், சாமானிய ரசிகனின் கைக்கும் இன்று வந்துவிட்டது. அன்று இருந்த இந்த இடைவெளி இன்று இல்லாமல்போய்விட்டது. அன்று ஹார்ட்வேரில் இருந்த 'புரோ' செயல்திறனின் தரத்தை இன்று எளிமைப்படுத்தி அப்படியே சாப்ட்வேருக்கு இடம் மாற்றிவிட்டது டிஜிட்டல் தொழில்நுட்பம். இன்று வெறும் 10 ஆயிரம் ரூபாய் ஹார்ட் டிஸ்கிலேயே 100 சதவீத 'புரோ'தரத்தைக் கொண்டுவந்துவிடலாம். விலை மலிவாகவும் எளிமையாகவும் ஆகிவிட்ட கணினி இசைத் தொழில்நுட்பத்தின் இன்றைய அபார வளர்ச்சிதான் எண்ணற்ற இசையமைப்பாளர்கள் புதிது புதிதாகப் புற்றீசல் போல் வந்துகொண்டே இருப்பதற்கு மிக முக்கிய காரணம்.

ஆனால், எல்லோராலும் நிலைத்து நிற்க முடியாத நிலை இருக்கிறது. 'தரமான சவுண்டிங்' உருவாக்க வேண்டும் என்றால் கணினிகளுக்கு லட்சக்கணக்கில் முதலீடு செய்ய வேண்டும் என்று நினைக்கிறார்கள். அப்படிச் செய்துவிட்டால் மட்டுமே சவுண்டிங் கிடைத்துவிடாது. அந்தக் கணினியையும் அதன் மென்பொருட்களையும் பயன்படுத்தத் தெரிய வேண்டும் என்பதோடு இசையின் மீதான காதலும் கற்பனையும் தொழில்நுட்பத்துடன் இணைய வேண்டும் என்பதுதான் மிக முக்கியமான அம்சம். ரஹ்மானிடம் நான் கவனித்ததும் கற்றுக்கொண்டதும் இந்த பால பாடத்தைத்தான்! அதை விரிவாக பார்க்கலாம்.

17

தாளத்திலிருந்து பிறக்கும் மெட்டு!

ஒரு பாடலின் இசைக் கோவையை 'அரேஞ்மெண்ட்' செய்வதில் இசையமைப்பாளரின் கற்பனைக்கு மிகப் பெரிய பங்கிருக்கிறது. இதில் கைதேர்ந்தவர் ஏ.ஆர். ரஹ்மான். இதைக் கண்கூடாக அருகிலிருந்து பார்த்து, கேட்டு உணர்ந்திருக்கிறேன். கம்போஸ் செய்யும்போது இசைக் கோவையின் ஒரு பகுதியாக இடம்பெறும் கார்ட்ஸ் அண்ட் பேட்ஸ் சவுண்ட்களை மிடி கீ போர்டுடன் இணைக்கப்பட்டிருக்கும் சவுண்ட் மாடியூல்களிலிருந்து (sound modules) ரஹ்மான் தேர்வு செய்திருப்பார். ஒரு கீ போர்டுடன் முப்பதுக்கும் அதிகமான மாடியூல்கள் ஒயர்கள் வழியே இணைக்கப்பட்டிருக்கும். ஒவ்வொரு மாடியூலிலும் ஆயிரக்கணக்கான சேம்பிள் ஒலிகள் இருக்கும்.

ரஹ்மான் அவற்றிலிருந்து தோண்டித் துருவி ஒலிகளைத் தேர்வு செய்து தனது கீ போர்டில் அவற்றை 'புரோகிராம்' செய்திருப்பார். அவர் அப்படித் தேர்வு செய்த ஒலிகளில்

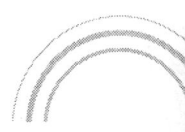

எந்த ஒலிக்குப் பிறகு எது வர வேண்டும், அது எந்த மாடியூலில் எந்த லேயரில் இருக்கிறது, அதன் பெயர் என்ன, அதன் எண் என்ன என்று ஒரு நோட்டுப் புத்தகத்தில் நான் குறித்து வைத்துக்கொள்வேன். மறுநாள் திரும்பவும் அதை வாசிக்க அவர் வருவதற்குமுன், வரிசை மாறாமல் ரீகால் செய்து வைத்திருந்து தர வேண்டும்.

ரஹ்மானிடம் வேலைக்குச் சேர்ந்த புதிதில் நான் செய்த முதல் பணி இதுதான். இந்த இடத்திலிருந்தே ரஹ்மானிடம் நான் கற்றுக்கொள்ளத் தொடங்கிவிட்டேன். கணினித் தொழில்நுட்பம் நன்கு அறிந்த ஒரு கம்போஸர் செய்யக்கூடிய எல்லா வேலைகளையும் ரஹ்மானிடம் கற்றுக்கொண்டேன்.

சவாலான சேம்பிள் உருவாக்கம்

இன்று சேம்பிள் தயாரிப்பு என்பது மிக மிக எளிதாகிவிட்டது ஆனால், 15 ஆண்டுகளுக்கு முன், இப்பணி மிகச் சவாலான ஒன்று. அதற்குக் காரணம் தொடக்க நிலையில் இருந்த தொழில்நுட்ப வளர்ச்சி. அப்போது வித்தியாசமான வாத்தியங்களை சேம்பிள் செய்து, அவற்றைக் கொண்டு வித்தியாசமாக கம்போஸ் செய்வதற்கு இவை பயன்படும். ஆனால், பாடலை ரஹ்மான் இறுதி செய்யும்போது சேம்பிள் செய்ததை லைவ் கருவிகள் கொண்டு வாசிக்கச் செய்து அதைப் பதிவு செய்துகொள்வார்.

இந்த முறைதான் அவரது பாடல்கள் வித்தியாசமும் அவற்றில் இடம்பெறும் ஒலிகள் தரமும் கொண்டவையாக இருக்கக் காரணம். சேம்பிள் உருவாக்குவதில் எனக்கிருந்த நேர்த்தியைக் கண்ட ரஹ்மான், 'லண்டனில் உள்ள முக்கியமான சேம்பிள் நிறுவனத்தில் என்னைச் சேர்த்துவிடட்டுமா' என்று கிண்டலாகக் கேட்டார்.

வெள்ளிதோறும் நாங்கள் பள்ளிவாசலுக்குச் செல்லும்போது ஒருமுறை நான் கம்போஸ் செய்து

நானே ட்ராக் பாடியிருந்த ஒரு சிறு பாடலை அவரது அனுமதி இல்லாமல் காரில் ஒலிக்கவிட்டேன். ஓய்வாக வண்டியில் சாய்ந்திருந்தவர் அதைக் கேட்டுச் சட்டென்று எழுந்து உட்கார்ந்துவிட்டார். கேட்டு முடித்ததும் "இதை நீ பாடினாயா?" என்றார். நான் சங்கோஜத்தில் நெளிந்தேன். உடனே அவர் "இசையமைப்பதற்கான தகுதி உன்னிடம் இருக்கிறது" என்று மனதாரப் பாராட்டினார். நான் கற்றுக்கொள்ள வேண்டிய நிறைய விஷயங்களைச் சுட்டிக்காட்டினார். நான் மெய்சிலிர்த்துப்போனேன்.

முன்மாதிரி

ரஹ்மானிடம் நான் பெரிதும் வியந்தது இன்றும் வியப்பது அவரது தொழில்நுட்ப அறிவு. அன்றாடம் வந்துகொண்டே இருக்கும் தொழில்நுட்பங்களை உடனுக்குடன் தெரிந்துகொண்டு தன்னை அப்டேட் செய்துகொள்வதில் இன்றுவரை அவரது ஆர்வம் தணியவில்லை. சவுண்டை பிரசென்ட் செய்வதில்

ரஹ்மான் முன்மாதிரிகளை உருவாக்கியவர். இதற்குப் பல உதாரணங்களைச் சொல்லலாம்.

'காதல் தேசம்' படத்தில் இடம்பெற்ற 'முஸ்தபா முஸ்தபா' பாடலில் ட்ரம்ஸ் ஒலியை ஆஃப் வேயில் கட் செய்து அதை வித்தியாசமாக ஒலிக்கச் செய்திருப்பார். முதன்மையான வாத்தியங்கள் என்று வருகிறபோது எல்லோரும் பயன்படுத்தும் வாத்தியங்களைத்தான் ரஹ்மானும் பயன்படுத்துகிறார். ஆனால், அவற்றின் ஒலிகளைக் கையாளும் விதமும் அதைப் பிரசெண்ட் செய்யும் விதமும் அவரிடம் எதிர்பார்க்க முடியாத கற்பனையுடன் வெளிப்பட்டிருப்பதைக் காண முடியும். அதேபோல ஒரு ஒலிக்கும் மற்றொரு ஒலிக்கும் இடையில் இருக்க வேண்டிய 'கிளாரிட்டி'க்கு அதிக முக்கியத்துவம் கொடுப்பார்.

இசைக் கோவையில் எந்தவொரு சிறிய ஒலியும் புதைந்துபோய்விடக் கூடாது என்பதில் அதிக சிரத்தை எடுத்துக்கொள்வார். இதற்காக வேறுவேறு ஒலிப்பதிவு முறைகளை முயன்று பார்ப்பார். சில ஒலிகள் கேட்கவில்லை என்றால் எந்த ஒலிப்பதிவு முறையில் அவை தெளிவாகக் கேட்கின்றன என்று முயன்றுபார்த்து, அதில் பதிவு செய்ய அதிக நேரம் எடுத்தாலும் அதைப் பற்றிக் கவலைப்படாமல், "இதில்தான் துல்லியமாக இருக்கிறது, இதையே பின்பற்றுவோம்" என்று கூறி அதை வலியுறுத்துவார்.

ஒலிகளின் தேர்வு!

ஒலிகளைத் தேர்வு செய்வதில் ரஹ்மானின் ரசனையையும் பொறுமையையும் நான் அருகிலிருந்து பார்த்திருக்கிறேன். ஒரு சேம்ப்ளரில் ஆயிரத்துக்கும் அதிகமான ஒலிகள் பதிவுசெய்யப்பட்டிருந்தால் ஒவ்வொன்றாகப் பொறுமையாகக் கேட்டு, அதிலிருந்து தனக்குத் தேவையான ஒன்றே ஒன்றை எடுப்பார். அதை கீ போர்டில் வாசிக்கும்போது அதன் தன்மை,

அசலைவிடச் சிறந்த ஒன்றாக அவரது கைவண்ணத்தில் மாறிவிட்டிருக்கும். இப்படி இருந்த சேம்பிள் ஒலி முற்றிலும் வேறு வடிவத்துக்கு மாறிவிட்டதே என்று நாம் வியக்க வேண்டியிருக்கும்.

அதேபோல் சேம்பிளர் சந்தையில் ஒரு தயாரிப்பு புதிதாக அறிமுகப்படுத்தப்படுகிறது என்றால் அவற்றைக் கிளறிப்பார்த்து, ரத்தினங்களை மட்டும் அதிலிருந்து விரைவாக எடுத்துக்கொள்ளும் ஆற்றல் அவருக்கு இருக்கிறது. ஒரு புதிய சேம்பிளர் சிடியில் ஆயிரக்கணக்கில் ஒலிகள் இருக்கின்றன என்றால் அவற்றில் பத்து ஒலிகள்தான் தேறும் என்றால் அந்தப் பத்தையும் எவை எவை என்று கண்டுபிடித்து அவற்றை முதலில் பயன்படுத்திவிடும் வேகம் ரஹ்மானுக்கே உரியது.

மெட்டுக்கு முன்பே தாளம்!

ஒரு கம்போஸராக ரஹ்மானிடம் நான் மிகவும் ரசித்த ஒன்று அவரது ரிதம் கம்போஸிங். ஒரு பாடலுக்கான மெட்டை கம்போஸ் செய்யும்முன் அதற்கான தாளக்கட்டைத்தான் முதலில் கம்போஸ் செய்வார். கதையைக் கேட்டபின் பாடலுக்கான சூழ்நிலைகளைத் தனித்தனியே மனதில் உள்வாங்கிக்கொண்டு ஒரு புள்ளியிலிருந்து அவர் முதலில் தாளத்தை உருவாக்கி, அந்தத் தாளத்துக்குள் ஒளிந்திருக்கும் மெட்டை வெளியே எடுத்துவருவார்.

ஒரு சிறந்த மெட்டு எந்த அளவுக்கு ஈர்க்கிறதோ அதே அளவுக்கு மெட்டுக்கு இடையில் வரும் பேக்கிங் என்று நாங்கள் சொல்கிற இசைக் கோவையும் ஈர்க்க வேண்டும். இதைத்தான் அரேஞ்மெண்ட் என்றும் சொல்கிறோம். இவற்றிலும் மெட்டுக்களின் தன்மை இழைந்தோடும். மெட்டுக்கு இணையான ஈர்ப்புகொண்ட இசைக் கோவையை வழங்கியதில் தனித்து நின்றவர் இளையராஜா என்றால் அதை அடுத்த கட்டத்துக்கு எடுத்துச்சென்றவர் ரஹ்மான். அவரது இசைக் கோவையிலிருந்து பலர் பல

மெட்டுகளை உருவாக்கியிருக்கிறார்கள். ரஹ்மானின் இசைக் கோவைப் பணிகளில் நான் வேலை செய்த அனுபவங்கள் ஏராளம்.

'பாபா' பட அனுபவம்

லண்டனில் இருந்தபடி ரஹ்மான் 'பாபா' படத்துக்காகப் பணியாற்றிக்கொண்டிருந்தார். அப்போது நான் ஸ்டுடியோவில் பொறுப்பில் இருக்கிறேன். ஒரு ட்யூனை கம்போஸ் செய்து பாடி அனுப்பியிருந்தார். அதற்குக் கவிஞரிடம் வரிகளை எழுதி வாங்கி, பாடலுக்குக் கூடுதல் பார்ட்ஸ் (parts) எல்லாவற்றையும் சேர்த்து பாடகர் கார்த்திக்கை ட்ராக் பாட வைத்து அதைப் பதிவுசெய்து ரஹ்மான் சாருக்குத் திரும்ப அனுப்பி வைத்தேன்.

ரஜினி அற்புதமாக நடனமாடியிருந்த 'மாயா மாயா எல்லாம் மாயா' என்ற பாடல் அது. பாடலை அனுப்பி இரண்டு நாட்கள் வரையிலும் ரஹ்மான் சாரிடமிருந்து எந்தப் பதிலும் இல்லை. படக் குழுவிலிருந்து 'பாட்டு என்ன சார் ஆச்சு' என்று கேட்க ஆரம்பித்துவிட்டார்கள். நாம் செய்த வேலை ரஹ்மான் சாருக்குப் பிடிக்காமல்போய்விட்டதோ என்று குழம்பிக்கொண்டிருந்தேன். மூன்றாம் நாள் ரஹ்மானிடமிருந்து போன் வந்தது. "பாடல் ரொம்ப ரொம்ப நல்லா இருக்கு. வெரிகுட்..." என்றார். அதன் பிறகு உதித் நாராயணனை அழைத்து இந்தப் பாடலைப் பதிவு செய்தார்.

பிறகு ரஹ்மான், இயக்குநர், ரஜினி ஆகியோர் ட்ராக் பாடிய கார்த்திக்கின் குரலே இந்தப் பாடலுக்குப் பொருத்தமாக இருக்கிறது என்று முடிவு செய்து அவரையே பாட வைத்தனர். இந்த 'மாயா' பாடல்தான் கார்த்திக்கு அடையாளம் கொடுத்தது. மேலும், அதே படத்தில் மற்றொரு பாடலைப் பாடவும் அவருக்கு வாய்ப்பாக அமைந்தது.

கார்த்தி போன்ற தகுதியான திறமையாளர்களைத் தேர்வு செய்து, அவர்களுக்கு வாய்ப்பு வழங்குவதில் ரஹ்மானை மிஞ்ச யாருமில்லை. அப்படிப்பட்ட ரஹ்மான் உள்ளிட்ட சில கம்போஸர்களின் இசைக்கு மட்டும்தான் இன்று ஆடியோ சந்தையில் விலை கிடைக்கிறது. கணினித் தொழில்நுட்பம் வளர்ந்த பிறகு ஆடியோ சந்தையை அது புரட்டிப் போட்டுவிட்டது.

18

பைரசி மீது மட்டும் பழி போடலாமா?

இசையமைப்பாளர், நடிகர் விஜய் ஆண்டனி சமீபத்தில் ஒரு அறிவிப்பை வெளியிட்டது நினைவிருக்கலாம். அவரது 'அண்ணாதுரை' படத்தின் பாடல்களை இணையத்திலிருந்து இலவசமாகத் தரவிறக்கிக்கொள்ளலாம் என்று அறிவித்தார். பல வெற்றிப்படங்களைக் கொடுத்த அவர், இசையை இலவசமாகக் கொடுக்க ஏன் முன்வந்தார் என்ற கேள்வியிலிருந்தே இந்த அத்தியாயத்தைத் தொடங்கலாம்.

ஒரு படத்தின் ரிலீஸுக்காக ஆவலுடன் எப்படிக் காத்திருந்தார்களோ, அப்படித்தான் அந்தப் படத்தின் இசை வெளியீட்டுக்காகவும் காத்திருந்தார்கள். ரசிகர்களின் இந்த எதிர்பார்ப்பும் காத்திருப்பும் 15 ஆண்டுகளுக்கு முன்னால் இருந்த ஒன்று. ஒரு காலத்தில் ஓஹோவென்று இருந்த இசைத்தட்டுக்களின் (vinyl records) யுகம் நம் நினைவுகளில் மட்டும்தான். நிலைமை இன்று தலைகீழாகிவிட்டது.

மருந்துக் கடைகளைப் போல ஊருக்கு ஊர், தெருவுக்குத் தெரு வாழ்ந்துகொண்டிருந்த கேசட் கடைகள் இன்றில்லை. இசை டிஜிட்டல் மயமானபோது கேசட் கடைகள் சிடி கடைகளாக உருமாறின. ஆனால், அவை மெல்ல மெல்லக் காணாமல் போயின. இந்தியா முழுவதும் சிடி தயாரித்துக்கொண்டிருந்த பல நிறுவனங்கள் மூடப்பட்டுவிட்டன.

இன்று ஒரு படத்தின் இசை ரசிகனைக் கவர்ந்து அது 'ஹிட்' அடித்தது என்றால் அதை வாங்க அவன் கடையைத் தேடுவதில்லை. இணையத்திலிருந்து அதை வாங்கிக்கொள்கிறான், அல்லது இலவசமாக டவுன்லோட் செய்துகொள்கிறான். அப்படியானால் இசையை சிடிக்களாக விற்றுக்கொண்டிருந்த நிறுவனங்கள்? ஆடியோ உலகில் கொடிகட்டிப் பறந்த முப்பதுக்கும் அதிகமான ஆடியோ நிறுவனங்கள் கடையை மூடிவிட்டுப் போய்விட்டன. இன்று வெகுசில நிறுவனங்கள் மட்டுமே இந்தத் தொழிலில் இருக்கின்றன.

பைரசிதான் காரணமா?

ஆடியோ மார்க்கெட் அடியோடு வீழ்ந்துவிட்டது. அதற்குக் காரணம், 'இசை டிஜிட்டல் மயமாகிவிட்டதால், பைரசி செய்யப்பட்டு இணையத்தில் திருட்டுத்தனமாக வெளியிடப்படுகிறது; அதை இலவசமாகத் தரவிறக்கிக்கொள்வது அனைவருக்கும் எளிதான ஒன்றாக ஆகிவிட்டது' என்று திரைப்படத் துறையைச் சேர்ந்தவர்கள் நினைத்துக்கொண்டிருக்கிறார்கள். ஆனால், உண்மையை ஆராய்ந்து பார்த்தால் பைரசி மட்டுமே இதற்குக் காரணம் அல்ல.

மிக மிக முக்கிய காரணம் என்ன என்று ஆராய்ந்து பார்த்தால், ஒளித்துவைக்க முடியாத ஓர் உண்மை புலப்படும். நல்ல பாடல்கள் பிறக்க மிகச் சிறந்த கதையைத் தயாரிப்பாளர் தேர்வுசெய்யாமல் போய்விடுவது முதல் காரணம் என்றால், அடுத்த முதன்மையான

காரணம், வெளியாகும் பாடல்களின் எண்ணிக்கை பல ஆயிரக்கணக்கில் இருப்பதுதான்.

15 ஆண்டுகளுக்கு முன்புவரை ஆண்டுக்கு 100 முதல் 125 படங்கள் வெளியாகி வந்த தமிழ் சினிமாவில் இன்று 200 முதல் 275 படங்கள் வெளியாகின்றன. ஒரு படத்தில் சராசரியாக 5 பாடல்கள் இடம்பெறுகின்றன என்று வைத்துக்கொண்டால் ஆண்டுக்கு சுமார் 1,500 பாடல்கள். இந்த 275 படங்களில் சராசரியாக ஆண்டுக்கு 100 புதிய இசையமைப்பாளர்கள் அறிமுகமாகிறார்கள்.

படங்களின் எண்ணிக்கையும் பாடல்களின் எண்ணிக்கையும் குறைவாக இருந்தபோது ஆடியோ சந்தையில் நிலையாக இருந்த அனுபவமும் பாரம்பரியமும் மிக்க நிறுவனங்கள் இசையை வாங்கி வெளியிட்டன. இசை உரிமையை விற்பதன் மூலம் கிடைக்கும் தொகை, தயாரிப்பாளருக்குப் படத்தின் பட்ஜெட்டில் ஒரு பகுதியை ஈடுசெய்ய அல்லது படத்தின் வெளியீடு மற்றும் விளம்பரச் செலவுக்குப் பெரிய அளவில் கைகொடுத்தது. ஆனால்,

இன்று உற்பத்தி அதிகமாக இருப்பதால் திரையிசைக்கு மதிப்பில்லாமல் போய்விட்டது.

இதனால் 15 முதல் 20 லட்சம் செலவழித்து உருவாக்கும் தங்கள் படத்தின் இசை ஆல்பம் மக்களைச் சென்றடைந்தால் போதும், அதன் மூலம் எங்கள் படத்துக்கு விளம்பரம் கிடைக்க வேண்டும், எனவே இசை நிறுவனங்கள் கையில் அதைக் காலணாவுக்கும் அரையணாவுக்கும் கொடுப்பதைவிட நேரே ரசிகனின் கையிலேயே அதைக் கொடுத்துவிடுவோம் என்று பலர் தாங்களாகவே முன்வந்து இலவசமாகக் கொடுத்துவிடுகிறார்கள். இன்னும் சிலர் அவர்களே மறைமுகமான பைரசிபோல மொத்த ஆல்பத்தையும் இணையத்தில் மிதக்கவிட்டுவிடுகிறார்கள்.

கண்டுகொள்ளாத நிறுவனங்கள் !

இசைமூலம் வரும் வருவாயைவிட இசை மூலம் படத்துக்குக் கிடைக்கும் விளம்பரமே இன்று அவசியமானது என்று நினைக்க ஆரம்பித்துவிட்டார்கள். ஒரு சிறிய மற்றும் நடுத்தர பட்ஜெட் படத்தைத் தொலைக்காட்சி, வானொலி, பத்திரிகைகளில் விளம்பரப்படுத்த, தயாரிப்பாளர் 50 லட்சம் முதல் 2 கோடிவரை செலவு செய்ய வேண்டியிருக்கிறது.

அந்த அளவுக்கு விளம்பரக் கட்டணங்கள் மிரட்டுகின்றன. விளம்பரச்செலவு இன்று பட்ஜெட்டில் வீக்கத்தை உருவாக்கிவிட்டது. இப்படிப்பட்ட சூழ்நிலையில்தான் படத்தின் இசை ஆல்பம் எளிதாக ரசிகர்களைச் சென்று அடையும்போது அது படத்துக்கான விளம்பரமாக மாறுகிறது.

இரவு பகலாகப் பணிபுரிந்து, பாடல்கள் ஒவ்வொன்றையும் தங்கள் குழந்தைகளாக நேசிக்கும் இசையமைப்பாளர்கள் தங்கள் ஆல்பம் தயாரிப்பாளர், இயக்குநர் உள்ளிட்ட 100 பேர் கொண்ட படக் குழுவுக்குள்ளேயே முடங்கிவிடக் கூடாது என்று நினைக்கிறார்கள். படைப்பாளியாக அவர்கள் அப்படி நினைப்பது மிக நியாயமானதுதானே...

தாஜ் நூர் | 125

பெருங்கூட்டத்துக்கு நடுவே, தங்கள் படைப்பு காணாமல் போய்விடாமல் இருக்க அது கடைக்கோடி ரசிகனுக்கும் போய்ச் சேர வேண்டும் என்பதுதான் அவர்களின் துடிப்பு.

அப்படிப் போய்ச்சேரும்போதுதான் ஒரு பாடல் பிரபலமாகிறது. பாடல் ஹிட்டாகி பிரபலமானால்தான் அது இசையமைப்பாளரின் கற்பனையை அணையாமல் பாதுகாக்கும்.

இன்னொரு பக்கம், பிரபலமான ஆடியோ நிறுவனங்களிடம் 'எங்கள் படத்தின் ஆல்பத்தை இலவசமாகத் தருகிறோம். அதைச் சிறப்பாக வெளியிட்டு மக்களிடம் கொண்டுபோய்ச் சேருங்கள்' என்று தயாரிப்பாளர் கேட்கிறார். ஆனால், அதற்கும் தயாராக இல்லை நிறுவனங்கள். இப்படிக் கண்டுகொள்ளாமல் போனதற்கு என்ன காரணம்? நூற்றுக்கணக்கான படங்களின் ஆல்பங்கள் வந்து குவிந்துவிடுவதால் அவற்றை எடுத்து ஆடியோ சந்தைக்கு ஏற்ற வகையில் அதை 'புராசஸ்' செய்து வெளியிட அவர்களால் முடியவில்லை.

இப்படி 'புராசஸ்' செய்து வெளியிட ஆடியோ நிறுவனங்கள் தயாரிப்பாளரிடம் பணம் கேட்கும் காலம் வந்தாலும் ஆச்சரியப்படுவதற்கு இல்லை. அதற்கும் சில தயாரிப்பாளர்கள் தாமாகவே முன்வந்து 'நியாயமான பணத்தைத் தருகிறோம் உங்கள் பேனரில் வெளியிடுங்கள்' என்று கெஞ்சினாலும் அதற்கும் பாராமுகம் காட்ட வேண்டிய நெருக்கடியில்தான் ஆடியோ நிறுவனங்களும் இருக்கின்றன.

சிங்கிள் ரிலீஸ்!

ஆடியோ சந்தை இவ்வளவு மோசமாக இருந்தாலும் சில பெரிய நடிகர்களின் படங்களுடைய இசை ஆல்பம் கோடிகளில் விற்பனை ஆகி இருப்பதாகச் செய்திகள் வெளியாகிறதே என்று நீங்கள் கேட்கலாம். அதில் பெரிய அளவு உண்மை இல்லை என்பதுதான் உண்மை.

அதுபோன்ற செய்திகளும் படத்தின் விளம்பரத்துக்காகப் பரப்பப்படுபவைதான்.

பெரிய நடிகர்களும் தயாரிப்பு நிறுவனங்களும் சொந்தமாக ஆடியோ நிறுவனம் தொடங்க வேண்டிய அவசியம் ஏன் உருவாகிறது என்று யோசித்தீர்கள் என்றாலே, ரசிகர்களைக் கவரும் ஈர்ப்பற்ற அவர்களது படங்களுக்கான இசையும் சந்தையில் போணியாவதில்லை என்பது எளிதில் புரிந்துபோகும்.

இதைத் தாண்டி பல பெரிய படங்களுக்கான இசையை முழுமையாக வெளியிடாமல் 'சிங்கிள் ரிலீஸ்' என்ற உத்தியைக் கடைப்பிடிக்கிறார்கள். இது எதற்கென்றால் படத்தில் இடம்பெறும் பாடல்களில் ஒன்றை மட்டும் தேர்ந்தெடுத்து அதை சிங்கிளாக இலவசமாக வெளியிட்டு அதை ரசிகர்களிடம் பரப்புகிறார்கள். அந்தப் பாடல் ஹிட்டாகிவிட்டால் மொத்த ஆல்பத்தையும் வாங்க வேண்டும் என்ற எதிர்பார்ப்பு ரசிகர்களிடம் உருவாகிவிடுகிறது.

அப்போது அந்த இசையை வாங்க ஆடியோ நிறுவனங்களும் முன்வருகின்றன. பெரிய படங்கள், முக்கிய முன்னணி இசையமைப்பாளர்களின் ஆல்பங்களுக்குச் சாத்தியமாகும் இந்த உத்தியைச் சிறிய படங்களுக்கும் செய்து பார்க்கிறார்கள். ஆனால், பரிதாபகரமாக அவை ரசிகர்களால் கவனிக்கப்படுவதில்லை.

இதைத் தாண்டி முதல்முறை கேட்கும்போதே மறக்க முடியாத பாடலாக மாறிவிடும் பாடல்கள் இன்று மிக அபூர்வமாகப் படைக்கப்படுகின்றன.

நம் இரவுகளையும் பயணங்களையும் சுகமாகத் தலாட்டும் அமரத்துவம் வாய்ந்த பாடல்களைத் தந்த ஒரு மாபெரும் இசையமைப்பாளரின் இன்றைய இசை ஆல்பத்தை வாங்க ஆர்வத்துடன் முன்வருவதில்லை. சிறுவயது முதல் அவரது இசை ரசிகனாக இருக்கும் என்னைப் போன்றவர்களை

தாஜ் நூர் | 127

மிகவும் வருந்தச் செய்யும் மாற்றம் இது. இரைச்சல் மிகுந்த இசையை ஆதரித்துக் கொண்டாடும் போக்கும் ரசனையும் இன்று உருவாகியிருப்பதே இதற்குக் காரணம். இதைத் தாண்டி எம்.பி.3யின் (mp3) வரவே ஆடியோ சந்தையை ஒழித்துவிட்டது என்ற குரலும் இங்கே ஒலிக்கிறது. அதில் உண்மை இருக்கிறதா?

19

எம்.பி.3 வரமா, சாபமா?

இசை என்றில்லை, சந்தைக்கு வரும் எல்லாப் பொருட்களுக்கும் தயாரிப்புகளுக்கும் 'டூப்ளிகேட்' என்ற ஒன்றைத் தயாரித்து கள்ளச்சந்தையில் விற்பவர்கள் இருந்துகொண்டுதான் இருக்கிறார்கள். திரையிசைச் சந்தையைப் பொறுத்தவரை 'பைரசி' அதற்குப் பெரிய சவால்தான்.

ஆனால், அன்றைக்கும் இன்றைக்கும் என்றைக்கும் ஒரிஜினல் தயாரிப்பை மட்டுமே வாங்க வேண்டும், ஒரிஜினலை மட்டுமே கேட்க வேண்டும் என்று பிடிவாதமாக இருக்கும் 10 சதவீதம் மக்கள் நேர்மையான இசைவிரும்பிகளாகவே இருக்கிறார்கள். பைரசியை நாடாத இவர்கள், இந்த டிஜிட்டல் யுகத்தில் இசையை எங்கிருந்து வாங்குகிறார்கள்? சிடி விற்பனை மையங்களைத் தேடிச் சென்று தங்கள் நேரத்தை இவர்கள் வீணாக்குவதில்லை.

இந்த இடத்தில்தான் கூகுள் பிளே, ஐடியூன்ஸ் போன்ற மிகப் பெரிய சர்வதேச நிறுவனங்களின் இணையதளங்கள் அவர்கள் வெளியிட்டுள்ள செயலிகள், ராகா.காம், கானா.காம் போன்ற பல தனியார் இணையதளங்களில் படத்தின் ஒரிஜினல் ட்ராக்குகளைப் பணம் கட்டித் தரவிறக்கிக்கொள்ளலாம்.

இதே தளங்கள் மற்றும் செயலிகள் வழியே நீங்கள் ஒரிஜினல் பாடல்களை இலவசமாக இரண்டு மாதங்களுக்கு 'பிளே' செய்து கேட்க முடியும். இப்படிக் கேட்கக் கேட்க, ஈர்க்கும் பாடலாக அது அமைந்துவிட்டால், ஒரு கட்டத்தில் அதைப் பணம் கொடுத்து வாங்கிவிட வேண்டும் என்ற மனப்பான்மையை ரசிகரிடம் அது உருவாகிவிடும்.

இதுபோன்ற தளங்களில் இசையைக் கேட்கச் செல்லும் ரசிகன், தொடக்கத்திலேயே தனது டெபிட் அல்லது கிரெடிட் கார்டின் விவரங்களைப் பதிவுசெய்த பின்பே தளத்தில் உள்நுழைந்திருப்பான். வாங்க வேண்டும் என்ற மனநிலை வரும்போது ஒரு கட்டத்தில் தயக்கத்தை விட்டுவிடும் போதையான மனநிலைக்கு ஆட்பட்டுவிடுவார்கள்.

இசையை ஜனநாயகப்படுத்திய எம்பி 3

ஒரிஜினல் இசை என்று வரும்போது சில விஷயங்களைக் கவனியுங்கள். இணையம் வழியாக அல்லது சிடி மூலம் பணம் கொடுத்து வாங்கும் இசையின் தரம் உறுதிசெய்யப்பட்ட ஒன்று. ஒரு இசையமைப்பாளர் தனது பாடலை எப்படித் தர வேண்டும் என்று நினைத்தாரோ, அந்த வடிவத்தின் 100 சதவீத 'பைனல் அவுட்' (Final out) அதில் கிடைக்கும்.

அது எத்தனை பெரிய பைலாக இருந்தாலும் அதில் இடம்பெற்றிருக்கும் அத்தனை ஒலிகளும் 'லாஸ்' ஆகிவிடாத வண்ணம் ஒரிஜினல் இசையை அப்படியே அப்லோட் செய்து வைத்திருப்பார்கள். எம்பி3 என்ற தொழில்நுட்பம் இதுபோன்ற பெரிய பைல்களைக்

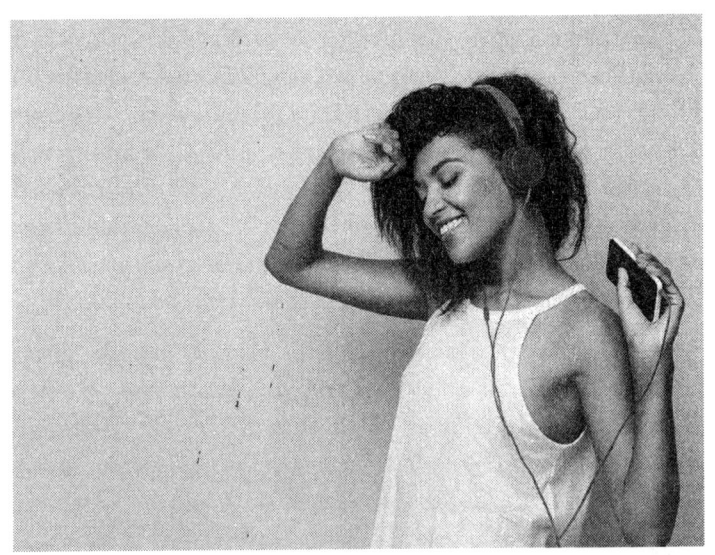

கையாளவும் பெரிய பைல்களை சிறிய அளவுக்கு கம்பிரஸ் செய்து பயன்படுத்தவும் வரமாக அமைந்து கைகொடுக்கிறது.

இந்த இடத்தில் தயாரிப்பாளருக்கோ இசையை வாங்கி விற்கும் நிறுவனங்களுக்கோ சிடி என்ற மீடியத்தால் ஏற்படும் செலவை எம்பி3யும் இணையமும் இல்லாமல் செய்துவிட்டன. ரசிகரின் அலமாரியில் வினைல் இசைத் தட்டுகளாகவும் கேசட்களாகவும் சிடிக்களாகவும் இருந்த இசை, இன்று ரசிகரின் வெர்ச்சுவல் அலமாரியாக இருக்கும் அவரது கணினியிலோ, கையடக்கக் கருவிகளிலோ இருக்கிறது.

ரசிகர் இசையை எங்கும் எளிதாக எடுத்துச் செல்லமுடிகிறது. இதற்கு ஒருபடி மேலே சென்று தனது க்ளவுட் சேமிப்பகத்தில் (cloud server account) சேமித்து வைத்துக்கொண்டு எந்த ஊர், எந்தத் தேசத்திலிருந்தும் தனது அபிமான இசையை அவர் கேட்டு ரசிக்கத் தொழில்நுட்பம் வழிவகை செய்துவிட்டது.

வெளிநாட்டில் அல்லது வெளியூரில் நடக்கும் படப்பிடிப்புகளுக்குப் பாடலை அனுப்பிவைக்க வேண்டும் என்றால், நாகரா டேப்பில் பதிவுசெய்து எடுத்துச் செல்ல வேண்டும், அதை இயக்க நாகரா கலைஞரைத் தேடிக்கொண்டிருக்க வேண்டும் என்ற அவசியமில்லை. மின்னஞ்சலில் எம்பி3 ஃபார்மேட்டில் கம்ப்ரெஸ் செய்து அனுப்பினால் போதும். படப்பிடிப்புக் குழு அதைத் தரவிறக்கி படப்பிடிப்பைத் தடங்கலின்றி நடத்தலாம்.

எம்பி3 என்ற தொழில்நுட்பம் வந்தபிறகுதான் இசை கடைக்கோடி ரசிகரின் கையிலும் எளிதாகச் சென்று சேர்ந்திருக்கிறது. ஒரு இசையமைப்பாளர் தனக்குப் பணம் வந்தால் போதும் என்று நினைப்பதில்லை. தனது கற்பனையையும் அதைத் தொடர்ந்துவரும் பாடலை முழுமைப்படுத்துவதற்கான இரவு பகல் பாராத உழைப்பும் மக்களிடம் போய்ச் சேர வேண்டும் என்று எதிர்பார்க்கிறான். எம்பி3 வருவதற்கு முன்பாக இசை உரிமையை வாங்கிய நிறுவனம் அல்லது தயாரிப்பாளர் சந்தைக்குத் தேவைப்படும் ஒரு குறிப்பிட்ட எண்ணிக்கையில் மட்டும் அதைப் புழங்கவிடுவார்கள். அப்போது இசை எல்லோர் வீட்டு முற்றத்திலும் ஒலிக்கவில்லை.

மக்களில் பெரும்பான்மையாக இருப்பவர்களும் இசையை ஆராதித்துக்கொண்டே உழைக்கும் சாமானிய மக்கள், அன்று திரையிசையைத் திரையரங்கிலும் கோயில் திருவிழாக்களிலும் தேநீர்க் கடை வானொலிப்பெட்டிகளில் மட்டும்தான் கேட்டுக்கொண்டிருந்தார்கள். எம்பி3 இன்று அவர்கள் பயன்படுத்தும் 500 ரூபாய் கைபேசிக்குள் அதைக் கொண்டுவந்துவிட்டது.

இசையை அது ஜனநாயகப்படுத்திவிட்டது. ஒவ்வோர் இசையமைப்பாளரின் ஏக்கத்தையும் பூர்த்திசெய்துவிட்டது. திரையிசை இன்று தேங்கிக்கிடப்பதில்லை. எம்பி3 வழங்கிய வசதியால் கடல் கடந்து கண்டம் கடந்து உலகின் எந்த மூலைக்கும் மின்னஞ்சல் மூலம் சென்றுவிடுகிறது.

எம்பி3 என்ற தொழில்நுட்பம்தான் இன்று வாட்ஸ் அப், ஃபேஸ்புக் என்று எந்தச் சமூக வலைத்தளத்திலும் இசையை எளிதில் பகிர ஏற்றதாகப் புகழடைந்திருக்கிறது.

பைரசியில் கிடைக்காத முழுமை

அடுத்து பைரசியாகக் கிடைக்கும் இசை முழுமையானது அல்ல. இணையத்தில் தரவேற்றப்படும் பைரசி இசை அனைத்தும் கம்ப்ரெஸ் செய்யப்பட்ட சிறிய ஃபைல்களே. இப்படிச் சுருக்கி சிறிய பைல்களாகத் தரவேற்றினால்தான் அதை எளிதில் தரவிறக்கிக்கொள்ள முடியும். இப்படிப் பெரிய பைல்களைச் சுருக்கும்போது ஒரிஜினல் இசையில் உள்ள எல்லா ஒலிகளும் கிடைக்காது.

இன்று ஒரு படத்தின் பாடல்களை யூடியூபில் கேட்கும் வசதி இருக்கும்போது நான் எதற்கு அதைக் கேட்க வேண்டும் என்று சிலர் கேட்கலாம். ஒரு படத்தின் இசை வெளியாகும்போது அந்தப் படத்தின் பாடல்கள் அனைத்தையும் 'ஜூக் பாக்ஸ்' என்ற பெயரில் யூடியூபில் ஏற்றிவிடுகிறார் படத்தின் தயாரிப்பாளர். படத்தில் இடம்பெறும் முக்கியக் காட்சிகளின் ஒளிப்படத் தொகுப்புகளை வீடியோ ஸ்லைட் ஷோவாகக் காட்டி அதன் பின்னணியில் பாடல்கள் வரிசையாக ஒலிக்கவிடுவதுதான் 'ஜூக் பாக்ஸ்'.

ஒவ்வோர் ஆயிரம் பார்வையாளர்களைத் தாண்டும்போதும் ஒரு டாலர் என்ற அடிப்படையில் தயாரிப்பாளருக்கு வருவாய் கிடைக்கிறது. அதே நேரம் படத்துக்கு உலக அளவில் விளம்பரமும் கிடைத்துவிடுகிறது. படம் வெளியாகும்போதோ வெளியான பின்போ வெளியிடப்படும் வீடியோ பாடல்களுக்கு 'ஜூக் பாக்'ஸைவிட அநேகப் பார்வையாளர்கள் கிடைப்பதால் அதில் இன்னும் சற்று அதிக வருவாய் கிடைக்க வாய்ப்புள்ளது.

யூடியூபில் கிடைக்கும் வருமானத்தைவிட அதன் மூலம் படம் பற்றிய தகவலை ரசிகர்களிடம் எடுத்துச்சென்றுவிட

வேண்டும் என்ற தயாரிப்பாளரின் துடிப்பே இதுபோன்ற சமூக வலைத்தளங்களை முழுமையாகப் பயன்படுத்திக்கொள்ள காரணம். திரையிசையைப் பொறுத்தவரை தயாரிப்பாளருக்கு லாபமும் இல்லை நஷ்டமும் இல்லை என்ற நிலை இன்று நிலவுகிறது.

ஆனால், பாடலை உருவாக்கிய இசையமைப்பாளருக்கும் பாடலாசிரியருக்கும் கிடைக்க வேண்டிய ராயல்டி சரியாகக் கிடைக்கிறதா என்பதைப் பார்க்க வேண்டும். ஒரு தயாரிப்பாளர் ஒரு படத்துக்கு இசையமைப்பதற்காகவும் பாடல் எழுதுவதற்காகவும் தனது இசையமைப்பாளர், பாடலாசிரியர் ஆகிய இருவருக்குமே ஊதியம் கொடுத்துவிடுகிறார். அதன் பிறகு அவர்களுக்கு ராயல்டி எதற்கு என்று கேட்கலாம்.

திருட்டுப் பூனைகளும் திரையிசையும்!

உங்கள் அபிமான இசையமைப்பாளரின் பிரம்மாண்டமான லைவ் இசை நிகழ்ச்சிக்குச் செல்கிறீர்கள். 500 ரூபாய் கொடுத்து டிக்கெட் வாங்கியிருக்கிறீர்கள். டிக்கெட்டுக்காக நீங்கள் கொடுத்த தொகையிலிருந்து ஒரு மிகச் சிறிய பகுதியை இசை நிகழ்ச்சியின் ஏற்பாட்டாளர் 'லைசென்ஸ்' கட்டணமாக இந்தியன் ஃபெர்பாமிங் ரைட் சொசைட்டிக்கு (IPRS - The Indian Performing Right Society) கொடுத்திருப்பார்.

அதை, நிகழ்ச்சியில் இசைக்கப்பட்டுப் பாடப்பட்ட பாடல்களின் இசையமைப்பாளர்களுக்கும் அந்தப் பாடல்களை எழுதிய பாடலாசிரியர்களுக்கும் ராயல்டி தொகையாகப் பிரித்து அனுப்பிவிடுகிறது லாபநோக்கமற்ற இந்த அமைப்பு. ஆனால், எல்லா இசை நிகழ்ச்சிகளுக்கும் இந்த நடைமுறை பின்பற்றப்படுகிறதா என்பது கேள்விக்குறி.

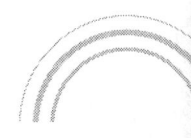

இசை நிகழ்ச்சி நடத்துபவருக்கு ஐ.பி.ஆர்.எஸ். பற்றித் தெரியாது என்று வைத்துக்கொள்ளுங்கள். சம்பந்தப்பட்ட நிகழ்ச்சியின் சுவரொட்டிகள், அழைப்பிதழ்கள் அல்லது விளம்பரங்களைக் கவனித்துக்கொண்டே இருக்கும் இந்த அமைப்பு, நிகழ்ச்சிக்குச் சில தினங்கள் முன்பாக அவர்களைத் தொடர்புகொண்டு நிகழ்ச்சியை நடத்த 'லைசென்ஸ்' பெற்றுக்கொள்ளும்படியும் கேட்டுக்கொள்ளும்.

கண்காணிக்கும் பறவை

கூர்மையான கண்களோடும் காதுகளோடும் வானில் மிக உயரத்தில் பறக்கும் ஒரு பறவையைப் போல் செயல்படுகிறது ஐ.பி.ஆர்.எஸ். அமைப்பு. உள்நாடு, வெளிநாடுகளில் இயங்கும் வானொலிகள், தொலைக்காட்சிகளில் பாடல்கள் ஒலி, ஒளி பரப்பப்படுவதைத் துல்லியமாகக் கணக்கெடுத்து அதற்கான ராயல்டி தொகையை எவ்வளவு சிறிய தொகையாக இருந்தாலும் பெற்றுக்கொள்ளும்.

விமானங்கள், கப்பல்கள் உட்படப் பல்வேறு பொதுத் தளங்களில் ஊடகங்களில் மக்களை மகிழ்ச்சிப்படுத்தும்பொருட்டு ஒலி, ஒளிபரப்பு செய்யப்படும் அல்லது மேடைகளில் நிகழ்த்தப்படும் பாடல்களுக்கு ராயல்டியை வசூலித்து அதைப் படைத்தவர்களுக்கு அளிக்கும் பணியை இடையறாது செய்துகொண்டிருக்கிறது ஐ.பி.ஆர்.எஸ்.

இன்று ஐ.பி.ஆர்.எஸ்ஸின் தீவிரக் கண்காணிப்பால்தான் இளையராஜா முதல் என்னைப் போன்ற இசையமைப்பாளர்கள்வரை ராயல்டியின் பலன் பெரியதோ சிறியதோ எங்கள் கைகளில் வந்து சேரும்போது கண்கள் ஊற்றெடுக்கின்றன. ஐ.பி.ஆர்.எஸ். வழியாக ராயல்டி ஒழுங்குபடுத்தப்படும் முன்புவரை பலனை சம்பந்தம் இல்லாதவர்கள் எல்லாம் அனுபவித்துக் கொண்டிருந்தார்கள். எம்.எஸ்.வி.போன்ற ஜாம்பவான்கள் ராயல்டியின் பலனை அடையாமலே அமரர் ஆகிவிட்டார்கள்.

இந்த அமைப்பின் வழியாக இசையமைப்பாளர்களும் பாடலாசிரியர்களும் ராயல்டியைப் பெற விரும்பினால், படைப்பு தங்களுடையதே என்பதை ஆதாரத்துடன் சமர்ப்பிக்க வேண்டியது அவசியம். அப்போதுதான் இது கணக்கில் எடுத்துக்கொள்ளப்படும். ஆனால், பெரும்பாலான கலைஞர்களுக்கு இப்படியோர் அமைப்பு செயல்பட்டு வருவது தெரியாமல் இருக்கிறது. தனி ஆல்பங்களுக்கும் கிராமியப் பாடல் ஆல்பங்களுக்கும் தனியார் விளம்பரங்களுக்கும் ராயல்டி உண்டு.

ஆனால், ஐ.பி.ஆர். எஸ்ஸால்கூடக் கண்காணிக்க முடியாத இணையதளங்கள், இணைய வானொலிகள், திறன்பேசிகளில் பயன்படுத்தும் செயலிகளில் திரையிசை வழிந்தோடுகிறது. இவர்களையெல்லாம் ஓர் ஒழுங்குமுறைக்குள் கொண்டுவரக் கால அவகாசம் தேவைப்படும். அதுவரை நாம் காத்திருக்கத்தான் வேண்டும்.

யாரெல்லாம் படைப்பாளிகள்?

ஒரு படத்துக்கு இசையமைக்கவும் பாடலை எழுதவும் அதன் தயாரிப்பாளர் தொடக்கத்திலேயே ஊதியம் கொடுத்துவிடுகிறார். அப்படி இருந்தும் பிறகு ஏன் நீங்கள் ராயல்டி கேட்கிறீர்கள் என்று நினைக்கலாம். படத்தின் இசை உரிமையைச் சந்தையில் விற்றுக் கிடைக்கும் தொகை, இசை உள்ளடங்கிய படத்தின் திரையரங்க உரிமையின் விற்பனை வருமானம் ஆகியவற்றைத் தயாரிப்பாளர் எடுத்துக்கொள்வதன் மூலம் அவருக்கு அறுவடையின் முழுப் பலனும் முதலிலேயே கிடைத்துவிடுகிறது.

ஆனால், ராயல்டி என்று நாங்கள் கேட்பது, திரையரங்குக்கு வெளியே மற்ற ஊடகங்களில் திரும்பத் திரும்ப எத்தனைமுறை பாடல் ஒலி, ஒளிபரப்பப்படுகிறதோ அத்தனை முறையும் பத்து பைசா தொடங்கி ஐம்பது பைசா வரையிலான ராயல்டி. ஒரு புத்தகத்தை எழுதிய எழுத்தாளருக்கு முதலில் தரும் விலைக்குப் பிறகு

மறுபதிப்புகளுக்குப் புத்தகம் விற்க விற்கத் தரப்படும் ராயல்டி போன்றதுதான் இதுவும்.

திரையிசை என்று வருகிறபோது யாரெல்லாம் படைப்பாளிகள் என்று கேட்கலாம். இயக்குநர் கூறிய ஒரு சூழ்நிலைக்குத் தனது இசைக் கற்பனையின் மூலம் மெட்டை அமைத்து, அதற்கான இசைக் கோவையை உருவாக்கும் இசையமைப்பாளரும் அந்த மெட்டுக்கும் சூழ்நிலைக்கும் ஏற்ற வரிகளைத் தனது கற்பனையின் வழியே படைக்கும் பாடலாசிரியரும்தான் தற்போது படைப்பாளிகளாக ஏற்றுக்கொள்ளப்பட்டிருக்கிறார்கள்.

ஏனென்றால், இவர்கள் இருவரும் சேர்ந்து ஒரு பாடலை முழுமையாக உருவாக்கியபின் பாடகர்கள் அதை இசையமைப்பாளர் விரும்பியபடி பாடிக்கொடுக்கிறார்கள். ஆனால், எங்களையும் படைப்பாளிகளின் பட்டியலில் சேர்த்துக்கொள்ள வேண்டும் என்பது தற்போது பாடகர்களின் குரலாக ஒலிக்கத் தொடங்கியிருக்கிறது.

இந்தப் பூனையும் பால் குடிக்குமா?

இதுவொருபுறம் இருக்க, இன்று 'திரையிசையில் திருட்டுப் பூனைகளின் (copy cats) நடமாட்டம் இருக்கவே செய்கிறது' என்று கொதிப்புடன் திருடப்பட்ட பாடல்களை ஆதாரத்துடன் சுட்டிக்காட்டி, 'உங்களை எப்படி நீங்கள் படைப்பாளிகள் என்று கூறிக்கொள்வீர்கள்?' என வலைவாசிகள் சோசியல் மீடியாக்களில் வறுத்தெடுக்கிறார்கள். உண்மையில் என்னதான் நடக்கிறது? இயக்குநர்தான் இசையமைப்பாளரை முடிவுசெய்கிறார். அவரை நம்புகிறார்.

பாடலுக்கான சூழ்நிலையை விளக்கிக் கூறுகிறார். அதாவது பாடலின் சூழ்நிலையைத் தன்னால் எவ்வளவு முடியுமோ அவ்வளவு விளக்கிக் கூறுகிறார். இயக்குநர் கூறியதை எந்த அளவுக்கு உள்வாங்கிக்கொள்ளும் தன்மையும் அனுபவமும் இசையமைப்பாளருக்கு இருக்கிறதோ அந்த

அளவுக்குச் சூழ்நிலையை நம்பகமாகவும் நெருக்கமாகவும் உணரவைத்துவிடும் பாடல் பிறக்கும். ஆனால், பலநேரம் என்ன நடக்கிறது என்றால் இயக்குநரின் விவரிப்பும் இசையமைப்பாளரின் உள்வாங்கலும் ஒத்திசைவாக அமையாமல் போய்விடுகிறது.

இதனால் பாடலின் சூழ்நிலையை மேலும் விவரித்துக் கூற விரும்பாமல் ஏற்கெனவே இசையமைக்கப்பட்ட ஒரு பாடலின் 'ரெஃபெரென்ஸை'க் கொடுக்கிறார் இயக்குநர். இப்படிக் கொடுப்பதன் மூலம் தனது எதிர்பார்ப்பு இதுதான் என்பதை இசையமைப்பாளர் எளிதில் புரிந்துகொண்டுவிடுவார் என்று அவர் நினைக்கிறார். இந்த அணுகுமுறையை ஓரளவுக்கு நான் ஏற்றுக்கொள்ளவே செய்கிறேன்.

ஏனென்றால் அவர் தரும் ரெஃபெரென்ஸில் உள்ள தன்மைதான் இயக்குநரின் எதிர்பார்ப்பு என்று தெரியவரும்போது அதை அடாப்ட் செய்ய வேண்டும் என்றுதான் இசையமைப்பாளர் நினைக்கிறார். இது, இன்று அறிமுகமான புதியவர் தொடங்கி, புகழின் உச்சியில் இருக்கும் இசையமைப்பாளர்வரை, அனைவருக்கும் நடக்கிறது. இப்படித் தரப்படும் ரெஃபெரென்ஸின் உணர்வுநிலையில் இருக்கும் தன்மையை மட்டும் உள்வாங்கி, அதைத் தனது கற்பனையின் வழியாக முற்றிலும் புதிய ஒன்றை இசையமைப்பாளர் தர வேண்டும்.

ஆனால், சில இயக்குநர்கள் 'இதை அப்படியே பண்ணிவிடுங்கள்' என்று நிர்ப்பந்திக்கும்போது, அங்கே 'காப்பி' ஒரு விபத்தாகிவிடுகிறது. இந்தப் பூனையும் பால் குடிக்குமா என்று ஆச்சரியப்படும் அளவுக்கு, பெரிய, சிறிய இசையமைப்பாளர்கள் என்ற வேறுபாடு இன்றி, பலர் இந்தக் கசப்பான காப்பியை அருந்தியிருக்கிறார்கள். இதில் இயக்குநருக்கும் பாதி பங்கிருப்பதை அவர்கள் ஏற்றுக்கொண்டே ஆகவேண்டும்.

இந்த இடத்தில் (காப்பியில்) வருத்தப்பட வேண்டிய இன்னொரு விஷயம் என்னவென்றால், இப்படி காப்பி செய்யப்படும் அந்தப் பாடலுக்கும் மக்கள் அதிரடியான ஆதரவைக் கொடுத்து அதை வெற்றிப்பாடலாக மாற்றிவிடுகிறார்கள். இத்தனைக்கும் அது எந்தப் பாடலின் அல்லது இசையின் காப்பி என்பது மக்களுக்கு நன்றாகவே தெரியும். காப்பி செய்தவருக்கு கஷாயம் கொடுக்கும் அதே ரசிகர்கள்தாம் அந்தப் பாடலை வெற்றிபெறவும் வைக்கிறார்கள் என்பது நம்ப முடியாத நகைமுரண்.

பின்புலம் தேவை!

இன்று உலகமே ஒரு தெருவாகச் சுருங்கிவிட்டது. அலாஸ்காவில் வெளியாகும் ஒரு இசைத் தொகுப்பு அடுத்த சில நிமிடங்களில் இங்கே பிரபலமாகிவிடுகிறது. இங்கே உருவாகும் இசை அங்கே கிடைக்கிறது. இந்தச் சூழ்நிலையில் நேரடியான காப்பி என்பது இசையமைப்பாளரிடம் கற்பனை வளம் இல்லை என்பதைத்தான் காட்டுகிறது. கற்பனை வளம் மிக்க இசையமைப்பாளரிடம் ஒரு கனமான பின்புலம் இருக்கும் என்பது என் அவதானிப்பு. எம்.எஸ்.வி. என்றால் நமது சாஸ்திரிய சங்கீதத்தின் சாரத்தையும் மேற்கத்திய இசையின் தாக்கத்தையும் உள்வாங்கிச் சரியான கலவையில் கொடுத்தவர்.

கிராம வாழ்வியலின் ஆன்மாவையும் அங்கிருந்து கிடைக்கப்பெற்ற நாட்டார் இசையையும் அதன் ஆன்மாவையும் தனது பின்புலமாகக் கொண்டவர் இளையராஜா. ஏ.ஆர். ரஹ்மானோ சூபி இசை மரபின் துடிப்பையும் டிஜிட்டல் இசையின் நவீனத்தையும் பின்புலமாகக் கொண்டவர். ஆனால், இன்று இசையமைக்க வருகிற பெரும்பாலான இசையமைப்பாளர்களுக்குப் பின்புலமோ அடையாளமோ இல்லை.

இதனால் அவர்கள் எதைநோக்கிப் பயணிக்கிறோம் என்ற இலக்கின்றி, அந்தந்த நேரத்துக்கான 'ஃபாஸ்ட் புட்'

இசையைத் தந்துவிட்டுச் செல்கிறார்கள். அந்த நேரத்துக்கு இனிக்கிற இசையாக அது இருப்பதால் அதன் ஆயுள் மிகக் குறுகியது. உதாரணத்துக்கு 'ஒய் திஸ் கொலவெறி பாடலை?' எடுத்துக்கொள்ளுங்கள். அதுவரை சிகரம் தொட்ட எத்தனையோ இசையமைப்பாளர்களுக்குக் கிடைக்காத உலக வெற்றி அந்தப் பாடலை உருவாக்கிய அறிமுக இசையமைப்பாளருக்குக் கிடைத்தது.

உலகமே அதைக் கொண்டாடியது. அதை முணுமுணுக்காத வாய்களே இல்லை. ஆனால், அத்தனை ஹிட்டான அந்தப் பாடலை இன்று எத்தனைபேர் திரும்பவும் விருப்பத்துடன் கேட்டு ரசிக்க விரும்புகிறார்கள் என்று பார்த்தால், பதில் ஒன்றும் இல்லை என்பதுதான். அதுபோன்ற பாடல்களை ஏன் திரும்பக் கேட்க விரும்புவதில்லை என்ற காரணத்தை ரசிகர்களே சொல்லட்டும். 'கொலவெறி' பாடலைத் திரும்பக் கேட்க விரும்பாததற்கு அதில் இடம்பெற்ற வரிகளும், ஏன்; மொழியும் ஒரு காரணம்தான்.

அந்த வகையில் பாடலாசிரியரின் பங்கு வார்த்தைகளைக் கொண்டு பம்மாத்து செய்வதல்ல என்பதை தொடர்ந்து பார்ப்போம்.

21

அதிசயப் பாடலாசிரியன் ஒருவன்!

யாருமே சொல்ல யோசிக்கும் அல்லது கூச்சப்படும் ஒரு விஷயம், பாடல் வரியாக எழுதப்படும்போது அது சடாரென்ற கவன ஈர்ப்பாக மாறுகிறது. 'கொலவெறி' பாடல் உடனடியாக வெற்றிபெற்றதன் பின்னணியில் இருந்தது அதுபோன்ற ஈர்ப்பே. இப்படி அட்டென்ஷனைத் திருப்பினால் போதும் என்று எழுதப்படும் பாடல்கள் நிலைத்து நிற்காது. ஆனால், திரையிசை தொடங்கிய காலம் முதல், ஆயிரக்கணக்கான பாடல்கள் இன்றும் ஆயுளுடன் எப்படி நிலைத்து நிற்க முடிகிறது! அந்தப் பாடல்களின் இசையைத் தாண்டி, வரிகளில் வெளிப்பட்டிருக்கும் கதாபாத்திரங்களின் உணர்ச்சிகள், பார்வையாளர்களின் உணர்ச்சிகளோடு தலைமுறைகள் கடந்து பொருந்திப்போகக் கூடியவையாக அவை இருக்கின்றன. அதுதான் அமரத்துவத்துக்குக் காரணம். முக்கியமாக, அவற்றில் வாழ்க்கையின் பொதுமை

கவிதையாக வடிக்கப்பட்டிருந்தது. கண்ணதாசன் பாடல்களே இதற்கு உதாரணம்.

இரண்டு வகை இசையமைப்பு

இசையமைப்பாளர், பாடலாசிரியர் ஆகிய இரண்டு படைப்பாளிகளின் சரியான அலைவரிசையும் உயர்வான ரசனையும் கொண்ட கூட்டணியில்தான் அமரத்துவம் வாய்ந்த பாடல்கள் பிறக்கின்றன. ஒரு பாடலை உருவாக்க இன்று இருவித இசையமைப்பு முறைகள் நடைமுறையில் இருக்கின்றன. மெட்டை கம்போஸ் செய்துவிட்டு மெட்டுக்கு ஏற்ப வரிகளை எழுதுவது ஒரு விதம். இரண்டாவது, பாடலின் வரிகளை முதலில் எழுதிவிட்டு அதற்கு மெட்டு அமைப்பது. எனது முதல் இரண்டு படங்களுக்கு மெட்டு அமைத்தபின் வரிகள் எழுதப்பட்டன. அதன்பிறகு வரிகளுக்கு இசையமைக்கும் முறையை அதிகமாகக் கடைப்பிடிக்கிறேன்.

எழுதியபின் மெட்டமைக்கப்படும் பாடலில் கிடைக்கும் உணர்வு, மெட்டமைத்தபின் எழுதப்படும் பாடலில் கிடைப்பதில்லை என்பது என் தனிப்பட்ட கருத்து. பாடலின் சூழலைக் கேட்டு முதலிலேயே வரிகளாக எழுதப்படும் பாடலுக்கு இசையமைப்பது கடினமான ஒன்றுதான். ஆனால், இயக்குநர் விவரிக்கும் சூழ்நிலையை உள்வாங்கி, அனுபவம் மிக்க கவிஞர் எழுதும்போது, இயக்குநர் எதிர்பார்த்ததைவிட வரிகள் சிறப்பாக வெளிப்பட்டுவிடும். இப்படி அனுபவம் மிக்க கவிஞரால் எழுதப்பட்ட பாடலை, இசையமைப்பாளர் எடுத்துப் படிக்கும்போதே அதில் ஒளிந்திருக்கும் பல மெட்டுகளை அவரால் கண்டுபிடிக்க முடியும். அவற்றில் எந்த மெட்டைப் பயன்படுத்தப்போகிறோம் என்பது இசையமைப்பாளருக்குச் சவாலாக மாறிவிடும்.

வளரும் பாடலாசிரியர்களும் மெட்டுக்கு முன்பே எழுதக்கூடியவர்கள்தான். அவர்களது வரிகளை எடுத்துப் படிக்கத் தொடங்கினால் பல்லவியுடனோ சரணத்தின் சில

வரிகளுடனோ மெட்டு நின்றுவிடுவதை உணர்ந்திருக்கிறேன். கவிதை எழுதத் தெரிந்தால் மட்டும் திரைக்கான பாடலை எழுதிவிட முடியாது. கவிஞர்களின் வாசிப்பு, அவர்களின் எழுத்து, வாழ்வனுபவம், இசையமைப்பாளர்களுடன் தொடர்ந்து பணியாற்றி வந்திருக்கும் தொழில் அனுபவம் எல்லாம் சேர்ந்தே இது அமையும்.

மெட்டுக்கு முன்பாக எழுதப்படும் ஒரு பாடலின் வரிகளில் கதாபாத்திரங்களின் உணர்ச்சிகளைச் சரியான வார்த்தைகளில் பல்லவி, சரணம் என்று நிரவி பாடலாசிரியர் எழுதுகிறார். இப்படி எழுதும்போது கதாபாத்திர உணர்ச்சி அல்லது காட்சியின் உணர்ச்சியை முதல் சரணத்திலேயே கொட்டித் தீர்த்துவிட மாட்டார். மூன்று சரணங்கள் என்றால் மூன்றிலும் உணர்ச்சியின் பயணம் சீராக நிரவப்பட்டிருக்கும். இந்த ஜாலத்தை அற்புதமாகக் கவிதை எழுதும் ஆற்றல் கொண்ட வளரும் கவிஞர்களிடம் எதிர்பார்ப்பது கடினம்.

பயிற்சியின் வலிமை

பாடல் எழுத வாய்ப்புக் கேட்டு தினசரி எனக்கு இரண்டு தொலைபேசி அழைப்புகளாவது வந்துவிடும். இவர்களின் தொடர்முயற்சி, தன்னம்பிக்கையைக் கண்டு என்னிடம் வருபவர்களுக்கு சூடான தேநீருடன் ஒரு பயிற்சியையும் கொடுப்பது எனது வழக்கம். நா.முத்துக்குமாரின் புகழ்பெற்ற பாடல்களில் ஒன்றை எடுத்து அவர்களிடம் கொடுத்து வெள்ளைத் தாளில் எழுதச் சொல்வேன். இப்படி எழுதும்போது அந்தப் பாடலில் வெளிப்பட்டிருக்கும் 'சீர்கள்' பற்றிய அறிவு அவர்களையும் அறியாமல் மனதுக்குள் பதியும்.

அதன்பிறகு நான் கொடுத்த பாடலில் இழையோடும் முதன்மையான ஒற்றை உணர்ச்சி எதுவென்பதைக் கண்டுபிடித்து அந்த உணர்ச்சியை உங்கள் வார்த்தைகளில் வெளிப்படுத்திப் பாடல் எழுதுங்கள் என அவர்களைக் கேட்பேன். ஆனால், பலர் கட்டுரைபோல் எழுத

முயல்கிறார்கள். இதில் உணர்ச்சி இருக்கும், வாசிக்க நன்றாக இருக்கும். ஆனால், மெட்டுக்கான சாளரம் திறக்காது. எனவே, திரும்பத் திரும்ப நா.முத்துக்குமாரின் பாடல்களை எழுதிப் பயிற்சி செய்து வந்து காட்டும்படி கூறுவேன். பொறுமையுடன் பயிற்சி செய்த பல புதிய இளைஞர்கள் இன்று திறமையாகப் பாடல்களை எழுதிக்கொண்டிருக்கிறார்கள்.

மெட்டுக்குப் பாட்டு

மெட்டுக்கு வரிகளை எழுதும்போது புதியவர்கள் நிறையவே தடுமாறுகிறார்கள். மெட்டுக்கான 'தத்தகார'த்தை முதலில் எழுதி, அவற்றின் அசைவுகளுக்குக் கச்சிதமாகப் பொருந்தும் விதமாக வார்த்தைகளை உட்கார வைக்க எழுதிப் பழகுவதுதான் தத்தகாரப் பயிற்சி. உதாரணத்துக்கு ஏ.ஆர்.ரஹ்மான் இசையமைத்த 'மெர்சல்' படத்தில் இடம்பெற்ற 'நீதானே நீதானே' பாடலை வைத்துக்கொள்ளுங்கள். அந்தப் பாடலின் பல்லவியின் முதல் இரு வரிகளின் தத்தகாரம் இப்படி அமையும்

தானானே தானானே தன தந்த தந்த தத்தம்
தனனா தனனா தானா தத்தம்!
இந்தத் தத்தகாரத்துக்கு பாடலாசிரியர்
நீதானே... நீதானே... என் நெஞ்சை தட்டும் சத்தம்...
அழகாய் உடைந்தேன்... நீயே அர்த்தம்...

என்று எழுதியிருக்கிறார். தத்தகாரத்தின் சீர்களில் உள்ள அசைவுகள் மீட்டர் பிசகாமல் உட்கார வேண்டியது முக்கியம். எனது அனுபவத்தில் மெட்டின் மீட்டருக்கு ஜெட் வேகத்தில் தரம் குறையாமல் பாடல் எழுதித்தரும் ஒரு பாடலாசிரியராக மறைந்த நா.முத்துக்குமாரைப் பார்க்கிறேன். 'வம்சம்' படத்தில் தொடங்கி எனது எல்லாப் படங்களிலும் பாடல்களை எழுதியிருக்கிறார். எனக்கு மெட்டையே கொடுத்துவிடுங்கள் என்பார்.

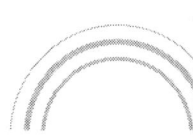

நா. முத்துக்குமாருடன் நான்(தாஜ் நூர்)

மெட்டின் தத்தகாரத்தை ஒருமுறைதான் வாயில் முணுமுணுத்துப் பார்ப்பார். உடனே அவருக்கு வார்த்தைகள் ஊற்றெடுக்கத் தொடங்கிவிடும். அதிகபட்சம் 45 நிமிடத்துக்குள் முழுப்பாடலையும் முடித்துக்கொடுத்துவிடுவார். அப்படி அவர் தரும் பாடல் முழுமையான தரத்துடன் இருக்கும். சரணத்தின் கடைசி வரியைப் பல்லவியுடன் பாந்தமாக இணைத்துவிடும் ஆற்றல் அவருக்கே உரியது.

'அடித்தள'மும் அனுபவமும்

'எனது இசையமைப்பில் 'அடித்தளம்' என்ற ஒரு படம் வெளிவர இருக்கிறது. கட்டிடத் தொழிலாளர்களின் சொல்லப்படாத வாழ்க்கையின் ஒரு பகுதியைச் சொல்லவரும் படம். இந்தப் படத்துக்கு எல்லாப் பாடல்களையும் நா.முத்துக்குமார் எழுதுகிறார் என்று முடிவான உடன், அவரையும் பட த்தின் இயக்குநர் இளங்கண்ணனையும் காரில் அழைத்துக்கொண்டு ஊர் அடங்கியதும் இரவு 11 மணிக்கு கிழக்குக் கடற்கரை சாலையில் பயணிக்கத் தொடங்கினோம்.. குடியிருப்புகளைத் தாண்டியதும் கார் ஸ்டீரியோவில்

முதல் மெட்டின் தத்தகாரத்தை பிளே செய்தேன். அதைக் கேட்டுவிட்டு எழுத ஆரம்பித்தார்.

மரக்காணம் சென்று அடையும்போது மூன்று மெட்டுக்களுக்குப் பாடல் எழுதி விட்டார். அங்கிருந்து மீண்டும் சென்னைக்குத் திரும்பினோம். கோவளம் கடற்கரையை நெருங்கியபோது அதிகாலை 5 மணி. முத்தான அடுத்த இரண்டு பாடல்களையும் முடித்துவிட்டார். அதுதான் முத்துக்குமார். விரைவில் அந்தப் பாடல்களைக் கேட்பீர்கள். வாலி, வைரமுத்து, அறிவுமதி, கவிக்கோ அப்துல் ரகுமான் தொடங்கி இன்று எழுதுகிற புதியவர் வரை 50க்கும் அதிகமான பாடலாசிரியர்களுடன் பணிபுரிந்திருக்கிறேன். ஆனால் நா. முத்துக்குமாரைப் போன்ற ஒரு அதிசயக் கவிஞனை நான் கண்டதில்லை என அவரை இந்தநேரத்தில் நினைவுகூர்கிறேன். இன்று பாடல்கள் அனைத்தும் 'மாண்டேஜ் சாங்ஸ்' ஆக ஏன் மாறிக்கொண்டிருக்கின்றன என ரசிகர்கள் கேட்கிறார்கள். அன்று படங்களில் இடம்பெற்ற கதைப் பாடல் இன்று தீம் இசை 'பிட்'டுகளாக மாறிவிட்டன. காதல், வீரம், சோகம், துள்ளல், எள்ளல் என்று குறிப்பிட்ட உணர்வைச் சொன்ன பாடல்கள் என்னவாயின என்றும் கேட்கிறார்கள்.

22

தற்காலிக ரசனை!

உலகமயமாக்கத்துக்குப் பிறகு வாழ்க்கையின் எல்லா அம்சங்களுமே வேகவேகமாக மாறிவிட்டன. தொலைக்காட்சிப் பெட்டி வருவதற்கு முன் வானொலிப் பெட்டி குடும்பத்தின் தோழனைப் போல இருந்தது. செய்திகள் கேட்கவும் இசையை ஆற அமரக் கேட்டுக்கொண்டே வேலை செய்யவும் இரவில் தலைமாட்டில் வைத்துக்கொண்டு படுத்தபடியே இசை எனும் காதலியைத் தழுவியபடி உறங்கிப்போகவும் உதவியது. எளிதில் பழுதடையாத வானொலிப்பெட்டி பழுதடைந்தாலும் அதன் உரிமையாளரே அதைச் சரிசெய்துவிடுவார்.

இன்று வானொலி, கையடக்கக் கருவிகளில் ஒரு செயலியாகிவிட்டது. தொலைக்காட்சிப்பெட்டிகளில் 4K காட்சித்தரம் வரை வந்துவிட்டன. அடுத்த சில ஆண்டுகளில் 8கே அறிமுகமாகும்போது 4K தொலைக்காட்சிபெட்டியை

8K தரத்துக்கு அப்கிரேட் பண்ண முடியாது. அதுதான் இன்றைய உலகமய 'யூஸ் அண்ட் த்ரோ' வாழ்வியல். இன்றைய திரையிசையும் நாளைய திரையிசையும் இப்படித்தான் தற்காலிக ரசனையாகவே இருக்கும். இதன் காரணம் இன்றைய அவசர உலகம். பாடல்களில் முன்பு இருந்த வகைமையும் அவற்றைக் கொண்டாடும் ரசனையும் மாறிக்கொண்டே வந்துவிட்டதற்கு இந்த அவசரம் காரணம்.

கண்ணதாசன் காலத்து தீம் பாடல்!

கண்ணதாசன் காலத்தில் மொத்தக் கதையையும் கவித்துமாக விவரிக்கும் தீம் பாடல் இருக்கும். முதன்மைக் கதாபாத்திரம் எதிர்கொள்ளும் மிகச் சவாலான சூழ்நிலையைக் கூறுவதுபோல், கதையின் திருப்பங்களை வெளிப்படுத்துவதே 'தீம்' பாடல். உதாரணத்துக்கு 1979ல் வெளியான 'திசைமாறிய பறவைகள்' படத்தில் எம்.எஸ்.வி. இசையில் கண்ணதாசன் எழுதி, டி.எம்.எஸ் பாடிய,

கிழக்குப் பறவை மேற்கில்
பறக்குது - அது
கிழக்கு வானை மறக்கப் பார்க்குது
தனக்கென ஒரு மார்க்கம்
உள்ளது - அது
சமயம் பார்த்து மாறி விட்டது...
காரிருள் தேடுது நிலவை - அது
திசை மாறிய பறவை...

என்ற பாடலை உங்களுக்கு நினைவூட்டுகிறேன். படத்தின் தலைப்பே கதையைக் கூறினாலும் படத்தின் முதன்மைக் கதாபாத்திரம் எதிர்கொள்ளும் இக்கட்டான சூழ்நிலையையும் கதை எந்தத் திசையில் பயணிக்கிறது என்பதையும் பார்வையாளருக்கு உணர்வுபூர்வமாக எடுத்துக்கூறி, கதாபாத்திரங்களுடன் ஒன்றவைக்கவும்

இதுபோன்ற தீம் பாடல்கள் உதவின. ஆனால், இன்று தீம் பாடல் தீம் இசையாக மாறிவிட்டது.

பின்னணி இசை அமைக்கும்போது அல்லது பாடல் கம்போஸிங் நேரத்தில் ஒவ்வொரு கதாபாத்திரத்துக்கும் ஒரு தீம் இசையை உருவாக்குவது இன்றைய போக்கு. கதாபாத்திரத்தின் குணாதிசயத்துக்கு ஏற்ப தீம் இசையை வடிவமைத்துவிடுகிறோம். குறிப்பிட்ட கதாபாத்திரம் வரும் காட்சிகளில் அந்தக் கதாபாத்திரத்துக்காக உருவாக்கப்பட்ட தீம் இசை, பின்னணி இசையுடன் கைகோத்து இழைவதை நீங்கள் கேட்க முடியும். பாடல் எந்த அளவுக்கு முக்கியத்துவம் பெறுகிறதோ அதே அளவுக்கு தீம் இசைக்கான பணி, பின்னணி இசையின் முக்கிய அங்கமாக இன்று மாறிவிட்டது.

டூயட் கொண்டாட்டம்!

எந்த வகைக் கதைக்களம் என்றாலும் அதில் நாயகனும் நாயகியும் காதலித்தே தீர வேண்டும், கண்டிப்பாக டூயட் பாடல் இருக்க வேண்டும் என்று ரசிகர்கள் எதிர்பார்ப்பதாகவே திரையுலகில் பலரும் நம்புகிறார்கள். 2000வது ஆண்டு வரையிலுமே கூட காதல் பிறக்கும்போது ஒரு டூயட், பின்னர் காதலிக்கும் காலத்தில் கனவுப்பாடலாக ஒரு டூயட் , நாயகனும் நாயகியும் ஒரு பிரிவைச் சந்தித்தபின் அதே டூயட் டியூனில் சோகப் பாடலாக இசைப்பது முன்பு வழக்கமாக இருந்தது. ஆனால், இன்று நிலைமை தலைகீழாகிவிட்டது. நாயகன், நாயகி, இவர்களை இணைக்கும் மற்ற துணைக் கதாபாத்திரங்கள் ஆகியவற்றின் உணர்வு நிலைகள் இன்றைய படங்களில் துண்டு துண்டாக நிற்கின்றன. கதாபாத்திரங்களுக்கு இடையிலான உணர்வுகள் குறிப்பிட்ட புள்ளிகளில் இணைய வேண்டும். அப்போதுதான் அந்தக் கதாபாத்திரங்களுக்காக உருவாகும் இசையும் கேட்பவர்களின் உணர்வுகளுடன் இணையும். ஆனால், இன்று டூயட் பாடலுக்கே சிக்கல் வந்துவிட்டது. நாயகியைத் திட்டும், வெறுக்கும் பாடல்கள்

டூயட் தன்மையுடன் இடம்பெறுகின்றன. உதாரணம் ‘எவண்டி உன்னைப்பெத்தான்’ பாடல். இது ஒருவிதத்தில் புதுமை என்றாலும் கதாபாத்திரங்களின் உணர்வுகளை இணைக்க வேண்டியதே இசையின் முக்கிய அம்சமாக இருக்க வேண்டும் என்பது என் தனிப்பட்ட கருத்து.

முன்பு டூயட் பாடல்கள் மெலடிகளாக இருந்தன. இன்று மென்மையாக இருக்கும் எந்தப் பாடலையும் கேட்கும் மனநிலை மாறிவிட்டது. இந்தப் புதுயுகத்தின் மனப்பான்மையைத் தாண்டி, ஒரு டூயட் பாடல் இன்று வெற்றிபெற வேண்டுமானால், அது நாயகன், நாயகி ஆகிய இருவரின் உணர்வுநிலை ஒன்றிணையும் புள்ளியில் இடம்பெற வேண்டும். அதை இயக்குநர் எவ்வாறு காட்சிப்படுத்தியிருக்கிறார், அதில் நடிக்கும் நடிகர்களின் நட்சத்திர மதிப்பு ஆகிய காரணங்களும் அதைத் தீர்மானிக்கின்றன. இன்றைய வேகமான இசை ரசனை சுழற்சி முறையில் நாளை மாறலாம்.

மாண்டேஜ் பாடல் எனும் சமாளிப்பு

திரைப்படத்தில் பாடல்களை வைப்பது என்பதே யதார்த்ததுக்கு முரணானது, எனவே பாடல்கள் இல்லாமல் திரைப்படங்கள் வர வேண்டும் என்ற விவாதம் இன்னும் இருக்கவே செய்கிறது. கையாளப்படும் கதை, பாடல்களுக்கு இடந்தராத திரைக்கதையின் தீவிரத் தன்மை, இயக்குநரின் தன்னம்பிக்கை ஆகியவற்றைப் பொறுத்தே பாடல்கள் தேவையா இல்லையா என்பதை விவாதிக்க முடியும். என்னைப் பொறுத்தவரை இந்திய சினிமாவின் கதையாடலில் இருக்கும் இன்றைய வடிவம், நமது கூத்துமரபின் தொடர்ச்சியை இழக்கவிரும்பாத ஒன்று. முன்பைப் போல் கதாபாத்திரங்கள் வாயசைப்பதைக் குறைத்துக்கொண்டதை ஒரு இசையமைப்பாளராக நான் ஏற்றுக்கொள்கிறேன். ஆனால், பாடலின் முக்கியத்துவத்தை இந்திய சினிமா இழக்க விரும்பவில்லை. அது ‘மாண்டேஜ் பாடல்’ என்ற வடிவத்தில் கதையை நகர்த்தவும்,

கதாபாத்திரங்களை நிறுவவும் பயன்படுத்தும் பாடல் உத்தியாகத் திரையிசையில் தன்னைத் தீவிரமாகத் தக்கவைத்துக்கொண்டிருக்கிறது என்பேன். அதேநேரம் 'மாண்டேஜ் பாடல்' தயாரிப்பாளர் மற்றும் இயக்குநரின் சமாளிப்பாகவும் இருக்கிறது. பாடலுக்கு பட்ஜெட் இல்லை என்பது போன்ற காரணங்களைக் கூறி, ஏதோ ஒன்றை எடுத்துவந்து, 'இது பாடல் காட்சிக்கானது' என்று கூறி நிர்பந்திப்பதும் அதிகமாகிவிட்டது.

ஆனால் மாண்டேஜ் பாடல், திரைக்கதையின் ஒரு அரைமணிநேர சீக்வென்ஸை ஐந்தே நிமிடங்களுக்குள் விவரிக்க கைகொடுக்கிறது. காட்சிகள் வழியே கடத்தப்படும் உணர்வைவிட மாண்டேஜ் காட்சிகளின் வழியே பாடலின் வடிவத்தில் வெளிப்படுத்தும்போது பார்வையாளர்கள் இன்னும் நெருக்கமாகக் கதையுடனும் கதாபாத்திரத்துடன் ஒன்றிட இவ்வகைப் பாடல் உதவுகிறது. பாடல் வரிகளுக்குக் கதாபாத்திரங்கள் வாயசைப்பது நடிகர்களின் முக்கிய திறமையாக இருந்தது. ஆனால், இன்றைய நடிகர்களில் பெரும்பாலானவர்கள்

வரிகளைச் சரியாக உள்வாங்கி அதற்குப் பொருத்தமாக உதடுகளை அசைக்க முடிவதில்லை. மொழிதெரியாத பிறமொழிக் கதாநாயகிகளும் இதற்கு ஒரு காரணம். யதார்த்தமான கதையம்சமும் சித்தரிப்பும் கொண்ட படங்களுக்கு அர்த்தபூர்வமான மாண்டேஜ் பாடல்கள் அற்புதமான உணர்வைக் கொடுக்கக் கூடியவை. மாண்டேஜ் பாடல்போலவே திரையிசை இன்று பல மாற்றம் கண்டிருந்தாலும் அதற்கான தேவை அப்படியேதான் இருக்கிறது. ஆனால், இன்னொரு பக்கம் திரையிசைக்கு மாற்றாக வளர்ந்து வந்திருக்கும் பாப் உள்ளிட்ட தனியிசைச் சந்தை, ஐரோப்பா உள்ளிட்ட நாடுகளைப்போல ஏன் இங்கே பிரபலமாகவில்லை என்று அலசுவோம்.

23

திரையிசையை வென்று நிற்கும் தனியிசை!

அமெரிக்க, ஐரோப்பிய நாடுகளை எடுத்துக்கொள்ளுங்கள். அங்கே வெகுமக்கள் கொண்டாடும் பாப்புலர் மியூசிக் வகையாக ‘பாப்’ இசை கோலோச்சிக்கொண்டிருக்கிறது. இரண்டாம் உலகப் போரால் உருவான பொருளாதாரச் சரிவுகள் உருவாக்கிய அழுத்தத்திலிருந்து விடுபட நினைத்த, ஐரோப்பிய மனநிலையிலிருந்து 50களில் உருவான சுயாதீன இசைதான் (Independent music) பாப் இசை.

இதற்கு முக்கியக் காரணம் போருக்குப் பிறகு நிலவிய சுதந்திர உணர்ச்சி. மடோனா, மைக்கேல் ஜாக்சன் தொடங்கிக் கடந்த ஆண்டு பாப்பிசை உலகத்துக்கு அறிமுகமான புதிய கலைஞர்கள்வரை லட்சக்கணக்கான பேரை பாப்பிசை எனும் சுயாதீன தனியிசைச் சந்தை உருவாக்கியிருக்கிறது.

வாழ்வின் அனைத்து உணர்ச்சிகளையும் வெளிப்படுத்தும் உலகம் முழுமைக்குமான சர்வதேசக் கலைஞர்களை

பாப் மார்லி

சுயாதீனத் தனியிசை உருவாக்கியிருக்கிறது. அதேபோல இன, மதரீதியான ஒடுக்குதல்களுக்கு எதிராகவும், சர்வாதிகார ஆதிக்க சக்திகளுக்கு எதிரான உரிமைக்குரலாகவும் சுயாதீனத் தனியிசை ஒலித்துக்கொண்டிருக்கிறது. உதாரணத்துக்கு பாப் மார்லி.

உலகம் முழுமைக்குமான ஒரு பாடல்

யார் இந்த பாப் மார்லி? அவர் மறைந்துவிட்டாலும் அவரையும் அவரது இசையையும் ஏன் இந்த உலகம் இன்னும் கொண்டாடிக்கொண்டிருக்கிறது? புரட்சியாளர் சேகுவேராவுக்கு அடுத்து இன்று உலக இளைஞர்களின் டீ ஷர்ட்களில் இடம்பெற்றிருக்கும் சிக்குப்பிடித்த தலைமுடியைக் கொண்ட இந்த பாப் மார்லி, தனியிசை வழியே அப்படி என்னதான் சாதித்தார்?

இங்கிலாந்தில் பிறந்த மார்லி, தாம் ஒரு ஒரு கலப்பினப் பெற்றோருக்குப் பிறந்தவர் எனத் தெரிந்திருந்தும் தன்னை ஆப்பிரிக்க வம்சாவளிசைச் சேர்ந்த கறுப்பினத்தவர் என அடையாளப்படுத்திக்கொண்ட மாபெரும் தனியிசைக்

கலைஞன். வெள்ளையர்களால் கறுப்பினத்தவர்கள் அடிமைப்படுத்தப்படுவதைத் தனது பால்யம் முதல் கண்டதாலேயே மார்லி இந்த முடிவுக்கு வந்தார். அவரது 'Get Up Stand UP' பாடலில் தங்களது உரிமைகளுக்காக எழுந்து போராடுங்கள் என கறுப்பின மக்களைப் பார்த்து அறைகூவல் விடுத்தார்.

எழுந்து நில்லுங்கள்...
உங்களது உரிமைகளுக்காக
வானத்திலிருந்து கடவுள் வந்து
அனைத்துத் துக்கங்களையும் எடுத்துக்கொண்டு
சந்தோஷத்தை வழங்குவாரென்று அனைவரும் நினைப்பீர்கள்
வாழ்க்கையின் மதிப்பைப் புரிந்துகொண்டால் அதை இந்தப் பூமியில்தான் தேடுவீர்கள்
அப்போது நீங்கள் வெளிச்சத்தைக் காண்பீர்கள்
அதனால் எழுந்து நில்லுங்கள்

கறுப்பின மக்களின் விடுதலை உணர்ச்சியைத் தூண்டிய இப்பாடல், வெள்ளையர்களையும் மனம் இளக வைத்தது. அதைத் தாண்டி உலகம் முழுவதும் பல்வேறு நிலைகளில் தங்களது உரிமைகளுக்காக, விடுதலைக்காகப் போராடிவரும் பல்வேறு இன மக்கள், தொழிலாளர்கள், பெண்கள், மதச் சிறுபான்மையினர், பால் சிறுபான்மையினர் என அனைவரையும் தங்கள் உரிமைகளுக்காக எழுந்து நிற்கவைக்க பாப் மார்லியின் இந்தப் பாடலால் முடிந்தது. இதுபோல் அவரது நூற்றுக்கணக்கான பாடல்கள் காற்றில் விடுதலை கீதம் இசைத்துக்கொண்டிருக்கின்றன. இதுதான் கட்டுப்பாடுகள் அற்ற சுயாதீன தனியிசையின் சக்தி!

இங்கே என்ன நடக்கிறது?

நீங்கள் யூடியூபுக்குள் நுழைந்து பாப் மியூசிக் என்ற இரண்டு சொற்களை உள்ளிட்டால் 13 கோடி

வீடியோக்களைக் காணமுடியும். ஐரோப்பிய பாப் இசையின் அருகில்கூட அதன் திரையிசை நெருங்க முடியாத அளவுக்கு, பாப் இசைச் சந்தை விஸ்தாரமாக இருக்கிறது. பல மில்லியன் டாலர்கள் வருவாய் கொட்டக்கூடிய கலையாக அங்கே தனியிசை விளங்குகிறது.

இந்த இடத்தில்தான் இந்தியத் திரையிசையின் ஆதிக்கம் பற்றிக் கூற வேண்டியிருக்கிறது. இந்தியாவில் சினிமா என்பது வாழ்வின் முக்கியக் கலாச்சாரக் கூறாக மாறி நிற்கிறது. இந்திய சினிமாவின் தவிர்க்க முடியாத அம்சமாக இருக்கும் திரையிசை நமது வாழ்வின் எல்லாச் சூழ்நிலைகளின் அருகில் வந்து நிற்கிறது.

பிறந்தால் பாட்டு, வளர்ந்தால் பாட்டு, அன்புப் பாட்டு, பாசப் பாட்டு, நட்புக்குப் பாட்டு, காதலுக்குப் பாட்டு, காதல் தோல்விக்கும் பாட்டு, திருமணத்துக்குப் பாட்டு, துக்கப் பாட்டு, தூங்கவும் பாட்டு, துள்ளல் பாட்டு, எள்ளல் பாட்டு, துரோகப் பாட்டு, இளமைக்கும் பாட்டு, முதுமைக்கும் பாட்டு, இறுதியில் இறப்புக்கும் பாட்டு என வாழ்வில் எல்லாச் சூழ்நிலைக்கும் உணர்ச்சிகளுக்கும் இங்கே திரையிசையே பாடல்களைக் கொடுத்துக்கொண்டிருக்கிறது.

திரையில் தோன்றும் கதாபாத்திரங்களுடன் தங்களைப் பொருத்திப் பார்த்து 'கேரக்டர் ஐடெண்டிபிகேஷன்' செய்துகொள்வதில் இந்தியர்கள் எல்லாக் காலத்திலும் உணர்ச்சிமயமானவர்கள். தங்கள் அபிமான நடிகர்கள் தோன்றும் திரைப்படங்களில் இடம்பெறும் பாடல்களை, படத்துடனும் கதையுடனும் இணைந்து ரசித்தே ஏற்றுக்கொண்டிருக்கிறார்கள்.

திரையிசையை ரசிக்கும்போது அவர்கள் பார்த்த காட்சியையும் சேர்த்தே மனத்திரையில் ஓடவிடுகிறார்கள். இதனால் திரையிசையின் தாக்கமும் ஆதிக்கமும் இங்கே இன்னும் தீவிரமான ஒன்றாகவே நீடிக்கிறது. இதனால் தனியிசையில் நல்ல கருத்துகளும் ஈர்ப்புள்ள

படைப்புத்திறனும் இருந்தும் ரசிகர்களைப் பெரிதாக ஈர்க்க முடியாமல் போய்விடுகிறது. மிக முக்கியமான இந்தக் காரணத்தைக் கடந்து சில தனியிசை ஆல்பங்கள் இங்கே வெற்றி பெற்றிருக்கின்றன.

தனியிசைக்கு வரவேற்பு

இந்தியாவின் தனியிசைச் சந்தையில் வளர்ந்துவரும் இந்திய பாப்பிசை, அதன் நீட்சி வடிவங்களான இந்திய ராப்பிசை, ஹிப்ஹாப் ஆகியவற்றில் இன்று பல புதுமுகங்கள் இயங்கிக்கொண்டிருக்கிறார்கள். தமிழ்நாட்டைப்பொறுத்தவரை உஷா உதூப்பை உந்துதலாக எடுத்துக்கொண்ட மால்குடி சுபாவில் தொடங்கி இன்றைய ஹிப்ஹாப் தமிழா ஆதிவரை, தமிழ் பாப் மற்றும் ராப்பிசையை, திரையிசையை மீறி ரசிகர்களிடம் கவனப்படுத்தியிருக்கிறார்கள்.

அதற்குக் காரணம் அவர்களது இசைத்திறன் மட்டுமல்ல; அதைக் கொண்டுசேர்க்கத் தனியார் தொலைக்காட்சிகளும் யூடியூப் எனும் உலகளாவிய சமூகக் காணொலியும் இசையை எளிதில் பரவலாக்கும் தளங்களாகக் கிடைத்ததுதான்.

இங்கே பாப் மற்றும் ராப்பில் பிரபலமான பின்னர் இவர்களைப் போன்றவர்கள் சினிமாவில் நுழைந்து பின்னணிப் பாடகர்களாகவும் இசையமைப்பாளர்களாகவும் மாறிவிடுகிறார்கள். அதன்பின்னர் அவர்களது முகமாகவும் சினிமாவில் நுழைய விசிட்டிங் கார்டாகவும் உதவிய தனியிசையிலிருந்து அவர்கள் தனிமைப்பட்டுப் போய்விடுகிறார்கள்.

ஆனால், திரையிசைக்கு வெளியே தனியிசையின் ஒரு பிரிவாகக் காலம்தோறும் வளர்ந்து வந்திருக்கும் சாஸ்த்ரிய சங்கீதம், கிராமியப் பாடல்கள், பக்திப் பாடல்கள் ஆகியவை இந்திய தனியிசைச் சந்தையில் ஒரே சீரான மதிப்புடன் ரசிகர்களால் கொண்டாடப்பட்டு வருகின்றன. நமது கிராமிய இசை இளையராஜாவால் திரையிசையில் மிகச் சிறப்பாக எடுத்தாளப்பட்டிருக்கிறது.

புஷ்பவனம் குப்புசாமி, அனிதா

கிராமிய இசை என்பது நமது கலாச்சாரச் சொத்து என உணரவைத்த விஜயலட்சுமி நவநீதகிருஷ்ணன் தம்பதி, புஷ்பவனம் குப்புசாமி - அனிதா தம்பதி போன்ற கலைஞர்கள் திரையில் வாய்ப்பு கிடைத்தபோது கிராமிய இசைத் தளத்திலிருந்து இன்றளவும் நழுவாமல் அதனோடே வாழ்ந்துகொண்டிருக்கிறார்கள்.

இவர்களைப் போன்ற சிறந்த கலைஞர்கள் தேசத்துக்கு வெளியே பிற இன, கலாச்சார மக்களால் அறியப்படாமலே இருக்கிறார்கள். அதே நேரம் நம்மிடமும் இளையராஜா, ஏ.ஆர்.ரஹ்மான் எனும் இரண்டு மாபெரும் உலகக் கலைஞர்கள் இருக்கிறார்கள்.

அவர்களைத் தாண்டி மைக்கேல் ஜாக்சனைப் போன்றோ மார்லியைப் போன்றோ தனியிசையில் உலகக் கலைஞர்களாக உருவெடுக்க நமது கலைஞர்களால் ஏன் முடியாமல் போனது என்ற கேள்வி இங்கே முக்கியமானது. அதற்கு இன்னும் பல முக்கியமான காரணங்கள் இருக்கின்றன.

24

உலகின் காதுகளில் கானா ஒலிக்க வேண்டும்!

உழைக்கும் எளிய மக்களிடம் இருந்த நாட்டார் இசையே கிளைத்துப் பரவி மேட்டுக்குடி மக்களிடம் வந்து சேர்ந்திருக்க வேண்டும். சாஸ்திரிய இசையில் நாட்டார் இசையின் தாக்கம் இல்லை என்று கூற முடியாது. அப்படிப்பட்ட நாட்டார் இசையை 50 ஆண்டுகளுக்கு முன்புவரை கோயில் திருவிழாக்களைத் தவிர பொதுமன்றங்களில் நிகழ்த்திடக் களம் அமையவில்லை. லாவணிக்கும் வில்லிசைக்கும் இன்று கோயில் திருவிழாக்களிலும் இடமில்லாமல்போய்விட்டது.

இசையை ஒலிப்பதிவு செய்து திரும்பத் திரும்ப ஒலிக்கவிட்டுக் கேட்கலாம் என்ற அதிசயத் தொழில்நுட்பம் அறிமுகமானபோது அங்கே சாஸ்திரிய சங்கீதமே முன்னால் வந்துநின்றது. நாட்டார் இசையை ஒலித்தட்டு நிறுவனங்கள் புறக்கணித்தன. மக்களின் இசையை எவ்வளவு நாட்கள்தாம் புறக்கணிக்க முடியும்! பின்னாளில்

நகைச்சுவை நடிகையாகத் திரையில் பாடி நடித்துப் புகழ்பெற்ற பரமக்குடியைச் சேர்ந்த பி.எஸ்.சிவபாக்கியம் அம்மாள் சினிமாவில் நடிகையாகப் பெயர்பெறும் முன்பு, கிராமப்புறக் கோயில் திருவிழாக்களில் பாடி பிரபலமான ஒரு நாட்டார் பாடல்

'வண்ணான் வந்தானே!
வண்ணாரச் சின்னான் வந்தானே..'

இந்தப் பாடல்தான் வினைல் ரெக்கார்டில் முதன்முதலில் ஒலிப்பதிவு செய்யப்பட்ட மக்கள் இசைப்பாடல். இதுபோன்ற பாடலுக்கு ரெக்கார்டில் எப்படி இடமளிக்கலாம் என்று அந்தக்காலத்தில் சாஸ்திரிய சங்கீத உலகிலிருந்து எதிர்ப்புக் கிளம்பியதை மூத்த கலைஞர்கள் பலர் பதிவுசெய்திருக்கிறார்கள். அந்தக் கிராமியப் பாடலின் வெற்றி, திரையிசையிலும் கிராமிய இசை நுழைய இடம் அமைத்துக்கொடுக்கக் காரணமாக இருந்தது தொழில்நுட்பம்.

தீவிலிருந்து ஒரு துள்ளல்

தாலாட்டு, ஊஞ்சல், நலங்கு, ஆரத்தி, மசக்கை, நோன்பு, சடங்கு, ஒப்பாரி, காவடிச் சிந்து, கும்மி, கோலாட்டம், எசப்பாட்டு, லாவணி, எதிரணி, புதிரணி, தெம்மாங்கு, கட்டியக்காரன் பாட்டு, பூசாரிப்பாட்டு, உழவுப்பாட்டு, நடவுப்பாட்டு, ஏற்றப்பாட்டு, சுண்ணாம்பு இடிப்பார் பாட்டு, கொல்லன் பாட்டு என நமது நாட்டார் இசையில் எத்துனை வகையான பாடல்கள்! இவை அனைத்துமே திரையிசையில் எடுத்தாளப்பட்டனவா என்றால் இல்லை என்பதே உண்மை. பெரும் வெற்றிபெறும் சில நாட்டார் பாடல்களின் வடிவங்களை ஒட்டியும் தழுவியும் திரையிசை தனது வணிக வெற்றிக்காக அவற்றை வெளிப்படுத்திச் சென்றிருக்கிறது.

அதேபோல தமிழகத்துக்கு வெளியே கவனம்பெற்ற மக்கள் இசையையும் தமிழ்த் திரையிசை முகர்ந்து

பார்த்திருக்கிறது. அவற்றில் ஒன்று சிலோன் பைலா என்ற நாட்டார் இசை. உழைக்கும் மக்களால் பாடப்பட்டுவந்த அந்த இசை பின்னர் மேட்டுக்குடி மக்களின் திருமணம் உள்ளிட்ட சுப வைபவ நிகழ்வுகளில் நடனமாடப் பாடப்படும் இசையாக ஏற்றம்பெற்றது. சமீபத்தில் மறைந்த இலங்கையின் பாப்பிசைக் கலைஞர் சிலோன் மனோகர் வழியே தமிழகத்திலும் பிரபலமான சிலோன் பைலா பாடல்..

'சுராங்கனி சுராங்கனி சுராங்கனிகா மாலு கெனவா
மாலு மாலு மாலு சுராங்கனிகா மாலு கெனவா...'

அந்தப் பாடல் தமிழ் சினிமாவில் எடுத்தாளப்பட்டபின் பல படங்களில் சிலோன் பைலா இடம்பெற்றாலும் அதனால் நீடிக்க முடியவில்லை.

'ராப்'பும் கானாவும்!

ஆனால், ஆப்பிரிக்க கறுப்பினச் சகோதரர்களால் இசைக்கப்பட்டு அமெரிக்க கறுப்பினச் சகோதரர்களால் வளர்க்கப்பட்ட ராப் இசையும் எளிய மக்களின் இசை வடிவமே! கண்டங்கள் கடந்து காலம் கடந்து இன்று உலகம் முழுவதும் பல்வேறு மொழிபேசும் மக்களால் பல்வேறு மொழிகளில் இசைக்கப்படுகிறது ராப். திரையிலும் தனியிசைச் சந்தையிலும் ராப் தன்னைத் தொடர்ந்து தக்கவைத்து வருகிறது. ராப் இசையை உலகமே கொண்டாடிக்கொண்டிருக்கும் இக்காலத்தில் நம்மிடம் ராப் இசையை விஞ்சக்கூடிய ஒரு மக்களின் இசை இருப்பதை நீங்கள் கவனித்திருக்கிறீர்களா? அதுதான் கானா. வடசென்னையில் வாழும் உழைக்கும் மக்களால், ஒடுக்கப்பட்ட மக்களின் வட்டார வாழ்வியல் வழியே பிறந்ததுதான் கானா. மரணம் வருந்துவதற்கு மட்டுமே அன்று, வாழ்ந்து முடிந்து மரணத்தை ருசித்துவிட்ட மனிதனின் சாதனைகளைப் பெருமையுடன் எண்ணிப்பார்க்கும் ஒன்று என மரணத்தை ஒரு கொண்டாட்டமாகப் பார்க்கும் இசையாக விளங்கிவந்த

கானா இன்று தன் எல்லைகளை விரித்துக்கொண்டிருக்கிறது.

இன்று மரணத்துக்கு மட்டுமே இசைக்கப்படுவதில்லை கானா. காதல், கலவி, கடல் வாழ்க்கை, அரசியல் தொடங்கி விழிப்புணர்வுக் கருத்துகள்வரை கானாவில் துள்ளும் கருத்துகள் ஏராளம்.

மொழியுடன் மல்லுக்கட்டாமல் எளிய எதுகையும் மோனையும் வால்பிடிக்க, வரிகளின் இறுதிச்சொற்களில் ஒலி ஒத்திசைவைக்கொண்டுவரும் இயைபுத் தொடையும் கானா பாடல்களின் தாள நயத்தைத் தாங்கிப்பிடிக்கும் அம்சங்கள். வாழும் வட்டாரத்தில் புழங்கும் எளிய சொற்களைக் கொண்டே இந்தப் பாடல்களை இட்டுக்கட்டி எழுதிவிட ஒரு கானா பாடகனால் இயலும். கானா பாடகன் வெறும் பாடகன் மட்டுமே அல்ல, அவன் ஒரு வகையில் கம்போஸர், இன்னொரு வகையில் கவிஞன். கானா பாடல்களில் இருக்கும் இந்த எளிய மொழி விளையாட்டு இன்று உருவானது அல்ல

நந்தவனத்திலோர் ஆண்டி - அவன்
நாலாறுமாதமாய்க் குயவனை வேண்டி
கொண்டு வந்தானொரு தோண்டி - அதைக்
கூத்தாடிக் கூத்தாடிப் போட்டுடைத் தாண்டி

போன்ற பழந்தமிழ்ப் பாடல்களிலேயே மக்கள் கவிஞர்களால் எழுதப்பட்டு இசைக்கப்பட்டிருக்கிறது. கானாவின் இந்த எளிய வெகுஜனத் தன்மையைத் திரையிசை வழியே தமிழ் மக்களிடம் பரவலாக்கிய பெருமை இசையமைப்பாளர் தேவாவைச் சேரும். ஆனால் கானா உலக நாதன் பாடி, மிஷ்கின் இயக்கத்தில் வெளியான 'சித்திரம் பேசுதடி' படத்தில் இடம்பெற்ற..

'வாளை மீனுக்கும் விலாங்கு மீனுக்கும் கல்யாணம்..
சென்னாக்குன்னி கூட்டமெல்லாம் ஊர்வோலம்'

என்ற பாடல் கானாவுக்கு இன்றுவரை தமிழ் சினிமாவில் தனியிடத்தைப் பெற்றுத் தந்துவிட்டது.

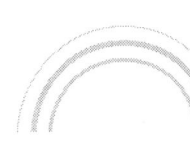

கானா உலகநாதன்

இந்தப் பாடலை உலகநாதன் இசைக்காத நாடே இல்லை என்று கூறலாம்.

அவருக்குப் பிறகு வெளிச்சத்துக்கு வந்த பல கானா கலைஞர்கள் இன்று திரையில் செல்வாக்குடன் வலம் வருகிறார்கள். ராப் இசையைவிட மேலான சொல்லிசை கானா என்பது என் தனிப்பட்ட கருத்து. ஆனால், ராப் இசையைப் போல் உலகின் காதுகளில் அதை நம்மால் ஒலிக்கச்செய்ய முடியவில்லையே! ராப் இசையைப் போல அது சர்வதேசப்படுத்தப்படவில்லை என்பதுதான் முதன்மையான காரணம்.

உலகப் பொதுமொழி

பாப் என்றாலும் ராப் என்றாலும் அது கண்டங்கள் கடந்து வந்துசேர்ந்திருப்பதற்கு அதன் இசை வடிவமும் அதிலிருக்கும் துள்ளல் தன்மையும் மட்டுமே காரணமல்ல.

பாப்பிலும் ராப்பிலும் இசைக்கப்படும் மொழி இன்று உலகமே பேசும் பொதுமொழியாக அசுர வளர்ச்சியைக் கண்டிருக்கும் ஆங்கிலம். மொழியைச் சார்ந்து வாழும் கலை இசையல்ல என்று நாம் வாதிடலாம். அது வாத்திய இசைக்குப் பொருந்தும். ஆனால், வெகுமக்களின் ஆதரவைப் பெறும் புகழ்பெற்ற இசையொன்றில் இசைக்கப்படும் மொழி ஒரு வட்டார மொழியாக மட்டுமே இருந்தால் அது சர்வதேசத்தைச் சென்று அடைய முடியாது என்று அழுத்தமாக நம்புகிறேன்.

அதனால்தான் ஏ.ஆர்.ரஹ்மான் தனது ‘பிரே ஃபார் மை பிரதர்’ போன்ற தனியிசை ஆல்பங்களுக்கு ஆங்கிலத்தை ஊடக மொழியாகத் தேர்ந்தெடுத்தார். நம் மொழியைப் பெருமைப்படுத்த அதே பாடலைத் தமிழில் இசைப்பதும் அவசியம். ஆனால் வெகுமக்களை எளிதில் சென்றடையும் கானா போன்ற வட்டார இசையை ஆங்கிலத்திலும் முயலும்போது அதன் பரவல் நமக்குப் பெருமையைக் கொண்டுவந்து சேர்க்கும். நம் கலைஞர்கள் பலருக்கு உலக அரங்கில் வாழ்வளிக்கும் என்கிறேன்.

திரையிசைப் பணிகள், விளம்பர ஜிங்கிள் இசையமைப்பது ஆகியவற்றுக்கு அப்பால் தனியிசையில் நான் கடந்து வந்திருக்கும் பயணம் எனக்கே மலைப்பைத் தருகிறது. ‘உயிர்விடும் மூச்சு’ என்ற தலைப்பில் கவிஞர் அறிவுமதி எழுதி நான் இசையமைத்தேன். அந்த ஆல்பம் வெளியான சில மாதங்களில் காஞ்சிபுரத்திலிருந்து எனக்கொரு தொலைபேசி அழைப்பு... அந்த அழைப்பின் மூலம் இசைத்துறைக்கு வந்த பயனையும் நிறைவையும் பெற்றதாக உணர்ந்தேன். அவர் அப்படி என்ன பேசினார்?

25

காஞ்சியிலிருந்து கேட்ட குரல்!

தனியிசை முயற்சிகளில் பாப், ராப் என எதுவாக இருந்தாலும் ஆல்பத்தில் இடம்பெறும் பாடல்களில் ஒன்றையாவது மியூசிக் வீடியோவாக வெளியிடும்போது அது எளிதாக வெற்றிபெற்றுவிடுகிறது. ஏ.ஆர்.ரஹ்மானையே எடுத்துக்கொள்ளுங்கள். அவர் வெளியிட்ட 'வந்தே மாதரம்' ஆல்பத்துக்கு இயக்குநர் பரத் பாலா காட்சி வடிவம் தந்ததும் அது சர்வதேச அளவில் வெற்றிபெற்ற இசைத்தொகுப்பாக மாறியதும் உங்களுக்குத் தெரியும்.

"இனி உலகை ஆளப்போவது வீடியோக்கள்தான்" என்று 15 வருடங்களுக்கு முன்பே ரஹ்மான் என்னிடம் சொன்னார். இன்று அதை நினைக்கும்போது ஆச்சரியமாக இருக்கிறது. உண்மையாகவே தற்போது உலகை ஆளும் வீடியோக்களில் மியூசிக் வீடியோக்களின் ஆதிக்கம் முன்னால் நிற்கிறது.

அர்ப்பணிக்கப்பட்ட தொலைக்காட்சிகள்

பாப் இசைப் பாடகர் அலிஷா 1995ல் தனது 'மேட் இன் இந்தியா' மியூசிக் வீடியோ மூலம் இந்தியாவையே திரும்பிப் பார்க்க வைத்தார். அதேபோல் இந்தியத் தனியிசை உலகில் பெரும் தாக்கத்தை ஏற்படுத்தி, விற்பனையிலும் சாதனை படைத்த நஸ்யா ஹஸேனின் 'டிஸ்கோ தீவானே', 'யங் தராங்' ஆகிய இந்திய பாப் பாடல்களை மியூசிக் வீடியோவாகப் பார்த்த தலைமுறை இன்னும் இசை வடிவிலும் காட்சி வடிவிலும் அவற்றை நினைவில் வைத்திருக்கிறது. தமிழில் மியூசிக் வீடியோக்கள் பிரபலமாகும் முன் முதன்முதலில் காட்சி வடிவம் தரப்பட்டு புகழ்பெற்ற ஒரு தமிழ் பாப் பாடல் மால்குடி சுபா பாடிய 'வால்பாற வட்டப்பாற'.

ஒரு குறும்பட வடிவில் கதை கூறும் உத்தியைக் கையாண்டு படமாக்கப்பட்டிருந்த அந்த ஆல்பத்தின் மியூசிக் வீடியோவுக்கு தனியார் தொலைக்காட்சி ஒன்று முதன்முதலில் இடம் தந்தது. அதன்பிறகு அந்தப் பாடலை மற்றத் தொலைக்காட்சிகளும் கொண்டாட ஆரம்பித்தன. அதேபோல தனியார் தொலைக்காட்சிகளின் எண்ணிக்கை பெருகிக்கொண்டிருந்த சமயத்தில் இசைக்கென்றே தொடங்கப்பட்ட எஸ்.எஸ்.மியூசிக் சேனல் தமிழ் பாப் இசை வீடியோக்களுக்கு இடங்கொடுத்தது. அதே காலகட்டத்தில் அமெரிக்க, ஐரோப்பிய நாடுகளில் தனியிசைக்கென்றே அர்ப்பணிக்கப்பட்ட எம்.டி.வி, 'வி' சேனல் உட்பட 50க்கும் மேற்பட்ட தொலைக்காட்சிகள் இயங்கத் தொடங்கிவிட்டன.

திறமைகளுக்கான மேடை!

தனியிசையைக் கொண்டாட அமெரிக்க, ஐரோப்பியர்கள் இசைத் தொலைக்காட்சிகளுடன் நிற்கவில்லை. அதை ஆராதிக்கவும் அத்துறையில் துளிர்விடும் புதிய திறமைகளை வளர்த்தெடுக்கவும் ஆண்டு முழுவதும் பிரம்மாண்ட

சர்வதேச இசைத் திருவிழாக்களை (International music festivals) நடத்துகிறார்கள். உதாரணத்துக்கு அமெரிக்காவை எடுத்துக்கொள்ளுங்கள். அங்கே பதினைந்துக்கும் அதிகமான தனியிசைத் திருவிழாக்கள் பிரபலமாக இருக்கின்றன. ஒவ்வொரு இசைத் திருவிழாவிலும் 50 ஆயிரம் முதல் இரண்டு லட்சம் ரசிகர்கள் வரை திரண்டு வந்து லைவ் நிகழ்ச்சிகளில் பங்கேற்கிறார்கள்.

அமெரிக்காவின் கலிபோர்னியா மாநிலத்தில் புகழ்பெற்று விளங்கும் குவாசெல்லா (Coachella) பாப்பிசைத் திருவிழாவில் ஆண்டுதோறும் 2.5 லட்சம் ரசிகர்கள் ஒரேநேரத்தில் திரண்டு வந்து தனியிசையை ரசித்துச் செல்கிறார்கள். ஓவியம், சிற்பம், நடனம் என மற்ற கலைகளும் அதில் இடம்பெற்றாலும் வளர்ந்துவரும் தனியிசைக் கலைஞர்கள், பிரபலமான பாப்பிசை மற்றும் வாத்திய இசைக் கலைஞர்கள் என அனைவருக்கும் இடமளிக்கும் குவாசெல்லா இசைவிழாவில் நமது பெருமைமிகு இசைக் கலைஞர்களில் ஒருவரான சிதார் ரவிஷங்கர் தொடர்ந்து தன் விரல்களின் வித்தகத்தை அங்கே காட்டி வியக்க வைத்திருக்கிறார். குவாசெல்லா போன்ற ஒரே ஒரு சர்வதேச தனியிசைத் திருவிழா கூட நம் வசம் இல்லை.

நமக்குத் தெரிந்ததெல்லாம் சர்வதேசப் படவிழாக்கள் மட்டும்தான். இப்படிப்பட்டதொரு தமிழ்த் தனியிசைத் திருவிழாவை தமிழகத்தில் நடத்தவேண்டும் என்பது என் கனவு. அதில் புதியவர்களுக்கு தங்கள் திறமையை வெளிப்படுத்த அதிக இடமளிக்க வேண்டும் என்பது கொள்கை. தற்போது அதற்கான திட்டமிடலிலும் இருந்துவருகிறேன். அதில் தமிழ் நாட்டார் இசை, தமிழ் வாத்திய இசைச் சங்கமம், தமிழிசை, தமிழ் பக்கீர்கள் நம்மத்தியில் எடுத்து வந்திருக்கும் சூஃபி இசை, தமிழ் ஓதுவார்களை மேடையேற்றி தேவாரம், திருவாசக இசைப்பொழிவு, தமிழ் பாப்பிசை, தமிழ் ராப், நமது

பெருமைமிகு கானா, மற்ற இந்திய நாட்டார் இசைகள் ஆகியவற்றுக்கு மேடை அமைத்துக்கொடுக்க வேண்டும் என்பதுதான் அந்த இசைவிழாவின் உத்தேசமான உள்ளடக்கம்.

காஞ்சியிலிருந்து கண்ணீருடன்

இந்த இடத்தில் தனியிசை மீதான எனது ஈடுபாட்டைப் பகிர்வதில் மகிழ்ச்சியடைகிறேன். திரைப்படங்களுக்கும் விளம்பர ஜிங்கிள்களுக்கும் நான் இசையமைத்துக் கொண்டிருந்தாலும் தனியிசைமீது தொடக்கம் முதலே எனக்கு ஈடுபாடு உண்டு. முதன்முதலில் நான் இசையமைத்த தனியிசை ஆல்பம் வழியாக எனக்கு வந்த ஒரு தொலைபேசி அழைப்பு, இசைத்துறைக்கு வந்த முழுப் பயனையும் நிறைவையும் பெற்றதாக என்னை உணர வைத்தது.. கருவிலிருக்கும் ஒரு பெண் குழந்தை தனது தந்தையிடமும் தாயிடமும் பேசுவதுபோன்ற அறிவுமதியின் உயிரை உருக்கும் கவிதை வரிகள் அவை.

நான் அமைத்த பின்னணி இசையுடன் ஒலித்த அந்தக் கவிதை ஒரு பெண் குழந்தையின் குரலிலேயே ஒலிக்கும். 'உயிர்விடும் மூச்சு' என்ற அந்த ஆல்பத்தை கேட்கும் யாரும் அழாமல் இருக்க முடியாது. இந்த ஆல்பத்தைப் பற்றிக் கேள்விப்பட்ட சில தனியார் தொண்டு நிறுவனங்கள், அதை ஆயிரக்கணக்கான பிரதிகள் எடுத்து காஞ்சிபுரம், தர்மபுரி, கிருஷ்ணகிரி, சேலம், நாமக்கல், திண்டுக்கல், ராமநாதபுரம், உசிலம்பட்டி உட்பட பெண்சிசுக்கொலை மறைமுகமாக நடந்துவந்த மாவட்டங்களில் விநியோகித்தார்கள்.

அந்த ஆல்பம் விநியோகிக்கப்பட்டு மூன்று மாதங்கள் கழித்து காஞ்சிபுரத்திலிருந்து ஒரு போன். அழைப்பின் மறுமுனையில் ஒரு ஆண்குரல். "சார்... வணக்கம் நீங்க நல்லா இருக்கனும்.." என்று கூறிவிட்டுப் பேசினார். "மூணாவதாவும் எனக்குப் பெண் குழந்தை

பொறந்து ரெண்டுநாள் ஆகுது சார். அத ஐந்தாம் நாள் கொன்னுடனும்ன்னு முடிவு பண்ணிட்டேன். அப்போதான் டீக்கடையில 'உயிர் விடும் மூச்சு' கேட்டேன். அதைக் கேட்டு முடிச்சதுமே இனி எத்தனை பெண்குழந்த பொறந்தாலும் வளர்க்கணும்ன்னு முடிவு பண்ணிட்டேன். இப்போ என் மக முகத்தைப் பார்த்தாலே பசி மறந்துபோயிடுது.

"உங்கள நேராப் பார்த்து நன்றி சொல்லனும் சார்" என்று அந்த தந்தை சொல்லிக்கொண்டிருந்தபோது என் கண்களிலிருந்து கண்ணீர் வழிந்தோடிக்கொண்டிருந்தது. அவர் அதைக் கேட்ட டீக்கடையில் அந்த ஆல்பத்தின் சிடி கவரை வாங்கிப் பார்த்து அதிலிருந்த எனது போன் நம்பரைக் கண்டுபிடித்து ஒரு சாமானிய கிராமத்து மனிதர் பேசியது தனியிசையின் சக்தியை எனக்கு உணர்த்தியது.

இந்த அனுபவத்துக்குப்பின் தனியிசையில் இன்னும் அதிக கவனம் செலுத்தவேண்டும் என்று முடிவு செய்தேன். தற்போது அறிவுமதி வரிகளில் எனது இசையில் 'தாய்ப்பால்' என்ற ஆல்பமும் விரைவில் வெளிவர இருக்கிறது. கவிதையுலகில் சாதனைகள் பல படைத்த கவிக்கோ அப்துல் ரகுமான் "அம்மி கொத்த சிற்பி தேவையில்லை" என்று கூறி திரைப்படங்களுக்குப் பாடல் எழுத மறுத்துவிட்டவர்.

நான் அவரை சிங்கப்பூர் முஸ்தபா அவர்களின் போயஸ் கார்டன் வீட்டில்தான் முதலில் சந்தித்தேன். அன்று வெள்ளிக்கிழமை, மசூதி சென்றுவிட்டு வெளியில் வரும்போது, முஸ்தபா அவர்கள் போனில் உடனே வரும்படி அழைத்தார். என்ன காரணத்திற்காக அழைக்கிறார் என்ற குழப்பத்துடன் சென்றேன். சென்றபின் அங்கு கவிக்கோ அவர்களை சந்தித்துப் பேசப்போகிறோம் என்பதைத் தெரிந்துகொண்டேன். ஏ.ஆர்.ரஹ்மான் அவர்களிடம் பணியாற்றும்போது சந்தித்துள்ளேன். ஆனால் விரிவாகப் பேசுகிற வாய்ப்பு அன்றுதான் அமைந்தது.

'மகரந்தமழை' தனியிசை தொகுப்பை ஏ.ஆர். ரஹ்மான் வெளியிட ஜிப்ரான் பெற்றுக்கொள்கிறார். அருகில் கவிக்கோ ஆகியோருடன் தாஜ் நூர்

அப்போது "என் கவிதைகளுக்கு இசையமைத்து ஆல்பமாக வெளியிடலாமா?" என்று கேட்டார். அந்த நாளை என்னால் மறக்கமுடியாது.

26

திரையில் வேரூன்றிய இசைமரபு!

திரையிசை வழியே காலத்தால் அழியாத சீர்திருத்தக் கருத்துகள் மக்களைச் சென்று சேர்ந்திருக்கின்றன. வாழ்க்கைகுறித்த அவநம்பிக்கை எழும்போது திரைப்பாடல் வரிகள் தட்டிக்கொடுத்து ஊக்கமூட்டும் மாயத்தைச் செய்திருக்கின்றன. கதாநாயகனின் ஹீரோயிசத்தைப் பேசும் புகழ்ச்சிப் பாடல்கள் கூடப் பார்வையாளனிடம் தலைமைப் பண்பை மறைமுகமாக ஊட்டக் கூடியவைதான். இவை எல்லாவற்றுக்கும் மேலாகத் தாயை, தந்தையை, சகோதரியை, சகோதரனை, நண்பனைக் கொண்டாடும் பாடல்கள், உறவுகள் மீதான பிடிப்பை உருவாக்கியிருக்கின்றன.

கேட்கும்; பார்க்கும் ரசிகரின் உள்ளத்தில் இன்னும் எத்தனையோ மாற்றங்களை உருவாக்கிவரும் திரையிசைப் பாடல்களில் நச்சுக் கருத்துகளும் இடம்பெற்றுவிடுவதும் இச்சையைத் தூண்டும் கொச்சைச் சொற்கள் வலிந்து

திணிக்கப்படுவதும் இன்னும் நடந்துகொண்டுதான் இருக்கின்றன.

இவைபோன்ற அபத்தங்களுக்கு பாடலாசிரியரை மட்டுமே குறைசொல்லமுடியாது. கவிஞர்களாகவும் எழுத்தாளர்களாகவும் இருக்கும் அவர்கள் காசுக்காக மாசுமிக்க வார்த்தைகளை எழுதுவதில்லை. தமிழ்க் கவிதை வரலாறும், திரையிசை வரலாறும் தெரியாத திடீர் 'நட்சத்திர'க் கவிஞர்கள் வரிகளில் விஷத்தை விதைக்கிறார்கள். வணிகம் என்ற பெயரில் எத்தகைய பாடல் வரிகளை எழுதவேண்டும் என சில கற்றுக்குட்டி பாடலாசிரியர்களுக்கு உத்தரவிடவும் எழுதப்பட்ட வரிகளைச் சிரச்சேதம் செய்யவும் ஒரு கூட்டம் எல்லாக் காலத்திலும் சினிமாவில் இருந்து வந்திருக்கிறது.

இசையும் வரிகளும் நிரந்தரமானவை!

ஆனால் தனியிசையில் இசையமைப்பாளருக்கும் பாடலாசிரியருக்கும் யாரும் உத்தரவிடமுடியாது. வரிகளும் இசையும் முழுமையான சுதந்திரம் கொண்டவை. இந்தியாவில் திரையிசையில் பாடலுக்கான சூழ்நிலை என்ற கட்டுக்கோப்பும் கட்டுப்பாடும் உண்டு. ஆனால் திரையில் இடம்பெறவே முடியாத சூழ்நிலைக்குக்கூட தனியிசையில் இடம் தரமுடியும். இன்று நல்ல டிஜிட்டல் கேமரா இருந்தால் போதும். உங்களிடம் நல்ல கதையும் காட்சிக் கற்பனையில் கைதேர்ந்தவராகவும் இருக்கவேண்டும். அப்படி இருந்துவிட்டால் நீங்கள் சிறந்த இண்டிபெண்டன்ட் பிலிம்மேக்கராக புகழ்பெறமுடியும்.

அப்படித்தான் இண்டிபெண்டன்ட் இசையமைப்பாளரும். உங்களிடம் கவிதையும் பாடலும் எழுதும் திறமை இருக்கிறதா? திரையுலகில் பாடலாசிரியர் ஆகவேண்டும் என்று கோடம்பாக்கம் முழுவதும் அலைந்து திரிந்துகொண்டு இருக்கிறீர்களா? முதலில் அலைவதை நிறுத்துங்கள். ஒரு இண்டிபெண்டெண்ட் சினிமா இயக்குநரைப்போல உங்கள் பாடல்களில்

சிறந்தவற்றுக்கு இசையமைக்க ஒரு இசையமைப்பாளரைக் கண்டறியுங்கள். ஒரு தனியிசை ஆல்பம் உருவாக்குங்கள். அதைப் பிரபலப்படுத்துங்கள். திரையுலகம் உங்களைத் தேடி அழைத்துக்கொள்ளும்.

ரஹ்மானின் பாராட்டு

திரையிசையைத் தாண்டி தனிஇசையில் நான் தொடர்ந்து இயங்கி வருவதைப் பலரும் கவனித்து வந்திருக்கிறார்கள். முக்கியமாக தமிழ்ப் படைப்பாளிகள், தமிழ் அமைப்புகள். கவிக்கோ அப்துல் ரகுமானும் அப்படி கவனித்தே என்னை அழைத்தார். மொத்தம் பத்து கவிதைப் பாடல்களை அவர் எழுதியிருந்தார். அவற்றுக்கு விதவிதமாக இசையமைத்தேன். கவிக்கோ அவருக்குப் பிடித்த மெட்டுக்களைத் தேர்ந்தெடுத்தார். அது 'மகரந்த மழை' என்ற தலைப்பில் ஆல்பமாக வெளிவந்தது.

தனியிசைப் பாடல் முகப்பு

அந்த ஆல்பத்தின் இசை வெளியீட்டு விழாவுக்கு வந்து வாழ்த்திப்பேசினார் ‘இசைப்புயல்’ ஏ.ஆர்.ரஹ்மான். “கவிக்கோவின் கவிதைகளுக்கு இசையமைக்க வேண்டும் என்பது எனது நெடுநாள் ஆசை. ஆனால் தாஜ் நூர் முந்திக்கொண்டார்” என்று வாழ்த்துக்கூறினார். இது எனக்கு ஆஸ்கர் கிடைத்த சந்தோஷத்தைத் தந்தது.

இரண்டு விதங்களில் திருக்குறள்.

எனது இசையமைப்பில் கடந்த ஆண்டு வெளியான மிக முக்கியமான தனியிசை ஆல்பம் ‘நாட்டுக்குறள்’. தமிழ் அறிஞரும் வரலாற்று ஆசிரியருமான ஆர்.பாலகிருஷ்ணன் ஐ.ஏ.எஸ், எட்டு திருக்குறள்களை தேர்ந்தெடுத்து அவற்றுக்கு கிராமியப் பாடல் வடிவில் கவித்துவமிக்க வரிகளால் விரிவாக்கம் தந்து எழுதினார். நான் இசையமைத்தேன். மிக நல்ல வரவேற்பைப் பெற்றது ‘நாட்டுக்குறள்’. அந்த ஆல்பத்தின் தொடர்ச்சி இந்த ஆண்டு மேற்கத்திய இசை வடிவில் வெளிவர இருக்கிறது ‘நாட்டுக்குறள் இன்பத்துப் பாப்’.

ஆர். பாலகிருஷ்ணன் இ.ஆ.ப.

தனியிசையில் இன்று ஒற்றைப் பாடல்களின் தேவை பெருகியிருக்கிறது. அன்றாட நாட்டு நடப்பில் முக்கியத்துவம் பெறும் நிகழ்ச்சிகள், போராட்டங்கள், முக்கிய சமூகப் பிரச்சினைகள் இவற்றுக்கு மக்கள் மத்தியில் மேலும் எழுச்சியை உருவாக்க ஒற்றைப் பாடல்கள் சிறந்த ஊடகம். உதாரணத்துக்கு ஜல்லிக்கட்டுப்

பாடல்களைக் குறிப்பிடலாம். நம் காவிரியை மீட்க, காப்பர் தொழிற்சாலையை விரட்ட, மீத்தேனை மறுக்க என்று பாடல்களை உருவாக்கலாம். ஆனால் மக்களை போதையில் ஆழ்த்தும் சில பிற்போக்கான கேளிக்கைகளுக்கு வணிக ரீதியாக ஒற்றைப் பாடல்கள் உருவாக்கப்பட்டு அவை 'அப்பீஸியல் கீத'ங்களாக பெயர் சூட்டப்படும் அவலம் நடக்கிறது.

அதிகாரபூர்வ கீதங்கள் நிரந்தரமான பாடல்களாக தலைமுறைகள் கடந்து இசைக்கப்படவேண்டும். ஹார்வர்டு பல்கலைக் கழகத்தில் தமிழுக்கு இருக்கை அமையவிருக்கும் நிலையில், தமிழ் இருக்கைக்கான அதிகாரபூர்வ கீதத்துக்கு இசையமைக்கும் பணியை, தமிழ் இருக்கைக் குழு என்னிடம் அளித்தது. கவிஞர் பழநிபாரதியின் வரிகளில் டாக்டர் சீர்காழி சிவசிதம்பரமும் நித்தியஸ்ரீ மகாதேவனும் இணைந்து பாடிய 'தாயே தமிழே வணக்கம்! உன் உறவே உயிர்மெய் விளக்கம்' என்ற பாடல் உலகம் முழுவதும் வாழும் தமிழர்களைச் சென்று அடைந்ததில் மட்டுமல்ல, தமிழ் இருக்கை அமையவிருப்பது உறுதியானதிலும் அந்த கீதம் என்றைக்குமான உணர்வுபூர்வப் பாடலாக இருக்கும்.

திரையிசை மரபு!

எனது தனியிசை முயற்சிகளில் இந்த ஆண்டு 'தமிழ்ப் பிள்ளை' என்ற ஆல்பத்தை மிக முக்கியமான ஒன்றாகப் பார்க்கிறேன். மறைந்த புரட்சிப் பாவலர் இன்குலாப் உட்பட முன்னணி கவிஞர்கள் எழுதியிருக்கிறார்கள். சொந்த மண்ணையும் உறவுகளையும் பிரிந்து வளைகுடா நாடுகளுக்குச் சென்று மிகக்கடினமான பணிகளைச் செய்து பொருளீட்டும் தமிழ்ப்பிள்ளைகளின் வளைகுடா வாழ்க்கையில் இருக்கும் வலிமிகுந்த யதார்த்தம் இசையாகவும் வரிகளாகவும் 'தமிழ் பிள்ளை' ஈர்க்கும். எனது தனிப்பட்ட இசை முயற்சிகள் பற்றி பகிரும் அதேநேரம், தனியிசை எனும் துறை, நம் திரையிசைக்கு

இணையான அங்கீகாரத்தைப் பெறவேண்டும் என்று நினைக்கிறேன்.

அதற்குத் திரையிசையைப்போன்ற கவன ஈர்ப்பு மிக அவசியம். ஐரோப்பியர்கள் நமக்குக்கொடுத்த திரைப்படக் கலையில் காலந்தோறும் ஏற்பட்டு வரும் தொழில்நுட்ப மாற்றங்களை நாம் ஏற்றுக்கொண்டோம். அதேபோல் திரையிசையில் கணினி ஏற்படுத்திய தாக்கங்களையும் உள்வாங்கிக்கொண்டோம். அதனால் நமக்கென்று திரையிசையில் ஒரு மரபை வேரூன்றச் செய்தோம். அதுதான் நம் இன்றைய திரையிசையில் அசைக்கமுடியாத பலமாக இருக்கிறது. அந்த மரபின் தொடர்ச்சியை நவீனத்துக்கு மத்தியிலும் நம்மால் முன்னெடுக்க முடியும்.

27

கற்பனையைப் பின்தொடரும் மரபு!

நமது சினிமா எல்லா வகையிலும் மாறிக்கொண்டே வந்திருக்கிறது. கதை சொல்லும் விதம், காட்சியாக்கம், இசை, தொழில்நுட்பம், தயாரிப்பு, வெளியீடு எனப் பல அம்சங்களில் ஐரோப்பிய சினிமா உலகைப் பார்த்து நம்மை மாற்றிக்கொண்டிருக்கிறோம். அல்லது அங்கே காலம்தோறும் நிகழ்ந்து வந்த முன்னேற்றங்களை நாமும் எடுத்தாள்கிறோம். மாறாகக் குறைந்த எண்ணிக்கையில்தான் சிறந்த படங்களை நம்மால் உருவாக்க முடிந்திருக்கிறது.

ஆனால் ஐரோப்பியர்களைக் காட்டிலும் பலமடங்கு சிறந்த திரையிசையை நாம் உலகுக்குக் கொடுத்திருக்கிறோம். நம் அளவுக்கு திரையிசைப் பாடல்களில் எண்ணிக்கை அளவிலும் படைப்பு என்கிற அந்தஸ்தின் அருகிலும் சென்று சாதனைப் படைத்த சமூகம் இல்லை என்றுகூடக் கூறிவிடலாம். என்னதான் மேற்கத்திய வாத்தியங்களின் இசையை,

பின்னணிக்கும் பாடல்களின் இசைக்கோவைக்கும் நாம் பயன்படுத்திக்கொண்டே வந்திருந்தாலும் நமது திரையிசையில் நீண்ட நெடிய இசைப் பாரம்பரியத்தின் தாக்கம் ஆழமாய் வேரூன்றிவிட்டது. அதன் விளைவாகவே நமது திரையிசை தனித்த இசை மரபுடையதாக நம்முடன் தொடர்ந்து ஊடாடிக்கொண்டிருக்கிறது. இதற்கு முழு முதற்காரணம் பாரம்பரிய இசையில் நமக்கிருந்த பரிச்சயமும் ரசனையும்தான்.

தமிழ்த் திரையிசையைப் பொறுத்தவரை கே.வி.மகாதேவனும் எம்.எஸ்.வியும் இசையமைத்த நூற்றுக்கணக்கான பாடல்களில் இசைக்கோவையிலும் பின்னணி இசையிலும் மேற்கத்திய இசையின் தாக்கம் இருந்தாலும், அவர்கள் அமைத்த மெட்டுக்களில் மரபின் தொடர்ச்சியும் குழைவும் தொடர்ந்து இழையோடிக்கொண்டிருப்பதைக் கேட்கமுடியும். அவர்களுக்குப்பிறகு இளையராஜாவிடம் கிராமியத்தின் தொடர்ச்சி இருந்தபோதும் பாரம்பரிய இசையின் பயிற்சியால் விளைந்த அவரது திரையிசையில், வெகுமக்கள் ரசிக்கும்விதமாக பாரம்பரிய இசை எளிமைப்படுத்தப்பட்டதில் இந்த மரபின் தொடர்ச்சி மேலும் வளர்த்தெடுக்கப்பட்டது என்றால் மிகையில்லை.

ரசனையால் காப்பாற்றப்படும் தொடர்ச்சி

என்னதான் நவீனத்துக்குள் நாம் வந்துவிட்டாலும் நமது கற்பனைதான் படைப்பின் ஆதார சுருதியாக இருக்கிறது. மெட்டுக்கான கற்பனை உருவாகும்போது இசையமைப்பாளரின் கற்பனையை பின் தொடரும் ஒன்றாகப் பாரம்பரிய இசையின் மரபுத் தொடர்ச்சி வந்து நின்றுவிடுகிறது. மரபார்ந்த பாரம்பரிய இசை நம் வழிபாட்டிலும், கூத்து, நடனம் ஆகியவற்றிலும் முக்கிய அங்கமாக இடம்பெற்றுவிட்டதால், சுவாசித்தலுக்கு அடுத்த இடத்தில் இசையை வைத்துக் கொண்டாடி வந்திருக்கும் இனக் கூட்டத்தைச் சேர்ந்தவர்கள் நாம்.

தாஜ் நூர்

தொடக்கக் கால திரைப்படங்களில் 60 பாடல்கள் இருந்தன. அதன்பிறகு 30, பிறகு 10, தற்போது 5 பாடல்கள், அல்லது 2 பாடல்கள் என்று சுருக்கிக்கொண்டுவிட்டோம். திரைப்படம் ஒரு காட்சிக்கலை என்ற புரிதலை நாம் ஏற்றுக்கொண்டுவிட்டதால் விளைந்திருக்கும் மாற்றம் இது. என்றாலும் பாடல்களின் முக்கியத்துவத்தை இழக்க நமக்கு விருப்பம் இல்லை. அது தரும் உணர்ச்சித் தாக்கத்தையும் அதைத் தனியாய் கேட்டு, ஒரு பாடகனாய் மாறி அதைத் திரும்பத்திரும்ப முணுமுணுக்கவும் அல்லது வாய்திறந்து பாடும் ரசனையையும் எப்போதுமே நாம்

இழக்க விரும்புவதில்லை. திரையிசைக்கும் தமிழ் அல்லது இந்திய ரசிகனுக்குமான இந்த உறவுதான் திரையிசையின் மரபுத் தொடர்ச்சியைக் காப்பாற்றி வருகிறது.

வாத்திய இசையில் மரபின் தொடர்ச்சி

திரையிசைக்குள் இன்று எத்தனையோ அந்நிய வாத்தியங்கள் வந்துவிட்டன. ஆனால் நம் மரபார்ந்த வாத்திய ஒலிகள் நமக்குக் கடத்தும் உணர்வுகள் பிரத்தியேகமானவை. புல்லாங்குழல் ஒலியைக் கேட்டால் ஒரு தமிழ் ரசிகன் உணரும் மரபார்ந்த உணர்ச்சியின் வழி, அவன் மனத்திரையில் ஒரு கிராமியக் காட்சி விரியலாம். கதாபாத்திரத்தின் குணாதிசயத்துக்கு ஏற்ப வாத்திய ஒலிகளைப் பயன்படுத்துவதன் மூலம், மரபின் தொடர்ச்சியை உணர்ந்து காட்சிகளை பார்வையாளர்களால் எளிதில் பின்தொடர முடிகிறது.

கதாநாயகன் வரும் காட்சியில் ஒரு குறிப்பிட்ட வாத்தியத்தின் இசையைப் பயன்படுத்துகிறோம் என்று வைத்துக்கொள்ளுங்கள். இப்போது காட்சியில் அவர் தோன்றும் முன்பே அந்த குறிப்பிட்ட வாத்தியத்தின் இசை பின்னணியில் ஒலித்தது என்றால், நாயகன் வரப்போகிறார் என்பதைப் பார்வையாளர்கள் தெரிந்துகொண்டு கைதட்டி ஆரவாரம் செய்யத்தொடங்கிவிடுகிறார்கள். கதாநாயகனுக்கு மட்டுமல்ல, ஆவியும் பேயும் வரும் காட்சிக்கும் அப்படித்தான்.

தவில், நாதஸ்வரம் ஆகியன மங்கள நிகழ்வுகளுக்கு, பறை வாத்தியம், இறப்பு, வெற்றி ஆகியவற்றுக்கு மேட்டுக்குடி சமூகத்தின் துயரத்தையும் உற்சாகத்தையும் தொடர்புபடுத்த வீணை, சாரங்கி என வாத்தியங்கள் தரும் மரபு உணர்ச்சிகளை அடுக்கிக்கொண்டே போகலாம். வயலின் என்றாலே சோக உணர்ச்சியை எளிதில் கடத்தும் கருவி என்று பதிவாகியிருந்த நம் தொடர்ச்சியில் அதைத் தற்போது மகிழ்ச்சியை உணரவைக்கவும்

பயன்படுத்தமுடியும் என்று தற்கால இசையமைப்பாளர்கள் காட்டியிருக்கிறார்கள்.

30 ஆண்டுகளுக்கு முன்புவரை நாயகன், நாயகியை மணப்பந்தலில் தாலி கட்டி, வாழ்க்கைத் துணை ஆக்கிக்கொள்வதுடன் சுபமாக படம் முடியும். அப்போது கடைசியாக ஒலிக்கும் இசையாகக் கெட்டிமேளம் இருந்தது. இப்படி மங்கள வாத்தியமாக ஒலித்துவந்த தவில், தற்போது குத்துப்பாடலுக்கான தாளக்கருவியாக மாறி நிற்பது, மரபின் தொடர்ச்சியில் ஏற்பட்டிருக்கும் மறுக்கமுடியாத திரிபு என்று கூறலாம்.

பாடல் வகைமையின் தொடர்ச்சி

சினிமா பேசத் தொடங்கியபின் கதாநாயகனை முன்னிலைப்படுத்தும் திரைப்படங்களும் சமூகக் கதைகளைக் கொண்ட குடும்பத் திரைப்படங்களும் பாடல் வகைமையில் மரபின் தொடர்ச்சியை திடமாக உருவாக்கி வந்திருக்கின்றன. தியாகராஜ பாகவதர் ‘ஹரிதாஸ்’ படத்தில் குதிரையில் சவாரி செய்தபடி ‘வாழ்விலே ஓர் திருநாள்’ என்று பாடிக்கொண்டு வரும் காட்சி, கதாநாயகன் அறிமுகத்தை ஒரு பாடலின் வழியாக வெற்றிகரமாக உணரச்செய்யமுடியும் என்ற மரபை உருவாக்கியது. கிண்டலும் கேலியும் வர்ணிப்புமாகத் தொடங்கிய அந்தப் பாடல்தான், பின்னால் கதாநாயக அறிமுகத்தில் வாழ்க்கையின் அர்த்தத்தை ஊட்டும் தத்துவப் பாடலாகவும் துவளாதிருக்கத் தன்னம்பிக்கை தரும் பாடலாகவும் தன்னை உருமாற்றிக்கொண்டது.

எத்தனை உருமாறினாலும் அதில் கதாநாயகனின் சாகச குணத்தை, மெட்டுக்களின் வீச்சும் இசைக்கோவையில் இருக்கும் எழுச்சியும் உணரவைத்துவிடுகின்றன. இன்றைய முன்னணிக் கதாநாயகர்கள் தண்ணீர் பிரச்சினைக்காக போராடினாலும் அவர்களுக்கான அறிமுகப்பாடலும் சமூகப் பிரச்சினைக்குப் போராடிக்கொண்டே பகுதிநேரமாக நாயகியைக் காதலிக்கும்போது வர்ணிக்கும் டூயட்

பாடலும் அறுபடாத தொடர்ச்சி கொண்டவை. நாயகன் மீது காதலாகி அவனுக்காக ஏங்கவும் உருகவும் செய்யும் நாயகியின் பாடலும் அப்படியே. இன்றைய மாண்டேஜ் பாடல்கள் கதையை நகர்த்தப் பயன்பட்டாலும் அவற்றில் மற்ற அனைத்துப் பாடல் வகையின் நிழலை நீங்கள் காணமுடியும். இன்றைய புதிய இசையமைப்பாளரின் கற்பனையைப் பின்தொடரும் இந்த தனித்த திரையிசை மரபை மீறி இன்று திரைப்படத்தின் விளம்பரத்துக்காகத் திரையில் இடம்பெறாத பல இசைப் பணிகளை ஓர் இசையமைப்பாளர் செய்யவேண்டியிருக்கிறது.

28

எப்படிக் கேட்பது எப்படி ரசிப்பது?

எத்தனை நவீன இசையமைப்பாளர் என்றாலும் அவரது கற்பனையைப் பின்தொடர்ந்து வருவதன் மூலம் தனது தனித்த மரபைத் தக்கவைத்துக்கொண்டிருக்கிறது தமிழ்த் திரையிசை. இந்த மரபை மீறி, தாம் பணியாற்றும் திரைப்படத்தைப் பிரபலப்படுத்த திரையில் இடம்பெறாத பல இசைப் பணிகளைச் செய்கிறார் இன்றைய இசையமைப்பாளர். ஒரு படத்தின் ஃபர்ஸ்ட் லுக் இன்று மோசன் போஸ்டராக வந்து மிரட்டுகிறது. அந்த மோசன் போஸ்டருக்கு அமைக்கப்படும் பின்னணி இசை சில நொடிகளே என்றாலும் அந்தப் படத்தின் மையத்தை அது தொட்டுக்காட்டிவிடுகிறது. அடுத்து டீஸர் இசை, பின்னர் புரமோ பாடலுக்கான இசை, அதன் பின்னர் மேக்கிங் வீடியோவுக்கான பாடலும் இசையும், இவை அனைத்துக்கும் உச்சமாக ட்ரைலர் இசை வரை இந்தப் பட்டியல் தொடர்கிறது. இந்த இசைவேலைகள் திரையில்

இடம்பெறபோவதில்லை. ஆனால், இந்தப் படத்தைத் தவறாமல் பார்க்க வேண்டும் என்று ரசிகரைத் தூண்டி வசியம் செய்யும் இந்த இசைப்பணி. இதை ஊறுகாய் என்று ஒதுக்க முடியாது. எத்தனை ருசியான விருந்தாக இருந்தாலும் ஊறுகாய்க்கு இலையில் இடமிருக்கிறது. ஊறுகாய் என்பதே உணவை இன்னும் ருசியாக உண்ணுவதற்குத்தான். திரையில் இடம்பெறாத இந்த இசை, படம் குறித்து அழுத்தமான அறிமுகத்தைச் செய்துவிடுகிறது. ஆனால், இந்த இசையைப் படம் பார்க்கும் முன்பு ஊறுகாய்போல் தொட்டுக்கொள்ளும் ரசிகர் அதன்பிறகு திரையில் இடம்பெற்றுத் தன்னைக் கவர்ந்த பாடல்களை மட்டுமே மீண்டும் மீண்டும் கேட்டு ரசிக்கிறார். தனது ரசனைப் பட்டியலில் அத்தகைய பாடல்களுக்குத் தன் இறுதிமூச்சு இருக்கும்வரை இடமளிக்கிறார். இப்படித் திரையிசையை வாழ்வின் ஒரு அங்கமாக்கிக்கொண்டதன் வழியாக வளர்ந்து திரண்டு நிற்கும் இசைரசனை, இந்திய ரத்தத்தில் ஊறி நம் நாளங்களில் ஓடிக்கொண்டிருக்கிறது.

ரசிப்பும் கேட்பும்

நமக்குப் பிடித்த ஒரு பாடல் நாராசமாக ஒலித்தால் காதுகளை மூடிக்கொள்கிறோம். திரையிசையை எப்படி ரசிப்பது என்று யாரும் நமக்குச் சொல்லித்தரத் தேவையில்லை. ஏனெனில், திரையிசை என்பதே எளிமைப்படுத்தப்பட்ட ஒரு ஜனநாயக இசை வடிவம். ஆனால், திரையிசையை எப்படிக் கேட்பது என்பதில் நமக்கு வழிகாட்டுதல்கள் தேவை. திரையிசை, வெகுஜனப்படுத்தப்பட்ட இசை இரண்டையும் தனியாக ரசிக்கும்போது அதன் இனிமையை அனுபவிக்கும் நாம், அதை மற்றவர்களும் கேட்கும்படி பரிந்துரைக்கிறோம். அதுவே கூட்டாக, கூட்டமாக ஒரு இசை நிகழ்ச்சியில் ரசிக்கையில் உங்களின் 'நேயர் விரும்பம்' நண்பர்களிடம் பகிரப்படுகிறது. நீங்கள் ரசிக்கும் பாடல் உங்கள்

நண்பனுக்கோ தோழிக்கோ அவ்வளவாகப் பிடிக்காமல் போகலாம். இந்த இடத்தில்தான் மற்றவரின் ரசனையை மதித்தல் இசை ரசனையின் முக்கிய அம்சமாக மாறுகிறது. திரையிசையில் இருக்கும் தத்துவமும் உணர்ச்சிகளும் அரசியலும் நீங்கள் வாழும் நிலம், மொழி, அதன் பண்பாடு ஆகியவற்றுடன் உங்களைத் தொடர்புபடுத்தும்போது அந்தப் பாடல் தரும் பரவசமும் பெருமிதமும் ரசனையின் உச்சமாக உங்களால் உணரப்படுகிறது. இத்தனை சிறப்பு மிக்க இசையை எப்படிக் கேட்பது?

நம் காதுகள் நுட்பமான தொழில்நுட்பத்தில் இயங்குபவை. சின்னச்சின்ன இசை ஒலிகளையும் துணுக்குகளையும்கூட நுட்பமாக உணர்ந்து ரசிக்கக் கூடியவை. இத்தனை நுணுக்கமான கேட்புத்திறன் கொண்ட செவிகளால் தரமான ஒலி எது என்பதைப் பகுத்துணர முடியும். இப்படித் தரமான ஒலியைப் பகுத்துணரும் ஆற்றல் கொண்ட நாம் அனைவருமே ஆடியோஃபைல் (Audiophile) வகை ரசிகர்கள்தாம். அதனால்தான் சிறந்த, தரமான ஒலிக் கருவிகளில் இசையைக் கேட்கும்போது நாம் அதன் வசமாகி நிற்கிறோம்.

எம்பி3 இல்லாமல் இசை இல்லை!

இன்று நாம் கேட்கக்கூடிய அனைத்து வகையான இசைகளும் அதிகமாக எம்பி3 வழியாகத்தான் பிளே ஆகிறது. இதில் எந்த ஃபைல் ஃபார்மேட் அளவில் பதிவுசெய்யப்பட்ட இசையை நாம் கேட்கிறோம் என்பது முக்கியமானது. 'வேவ்' ஃபார்மேட்டில் பதிவு செய்யப்பட்ட இசை எத்தனை தரம் குறைவான ஒலிக்கருவியில் கேட்டாலும் இனிமையாக ஒலிக்கும் என்ற எண்ணம் நம்மிடம் வேரூன்றிவிட்டது. எம்பி3ல் 320 கேபிபிஎஸ் அளவில் பதிவுசெய்யப்படும் இசை, வேவ் ஃபார்மெட்டுக்கு இணையானது. ஐந்து நிமிடம் கொண்ட ஒரு பாடலை வேவ் ஃபார்மெட்டில் பதிவு செய்தால் 15 எம்பி அளவு எடுத்துக்கொள்கிறது என்றால்,

எம்பி3 அதில் மூன்றில் ஒரு பகுதியாக 5எம்பி அளவே எடுத்துக்கொள்ளும். இதனால் இசையை உங்கள் கையடக்கருவி, பெண் டிரைவ்கள் என எதிலும் சேமித்து வைத்துக் கேட்க முடியும். மின்னஞ்சல் வழியாக இசையை எளிதாக நண்பர்களுடன் பகிர்ந்துகொள்ள முடியும். நீங்கள் கேட்கும் எம்பி3 இசை தரமாக இல்லை என்று கருதினால் முதலில் எது எத்தனை கேபிபிஎஸ் அளவில் பதிவு செய்யப்பட்டிருக்கிறது என்பதைக் கவனியுங்கள். குறைந்தது 256 கேபிபிஎஸ் அளவில் பதிவுசெய்யப்பட்ட எம்பி3 இசையில், இசையமைப்பாளரால் 'மாஸ்டரிங்' செய்யப்பட்ட அனைத்து அம்சங்களையும் சேதாரம் இன்றிக் கேட்க முடியும்.

அதேபோல் ஒலிக்கருவிகள் கொண்டு திரையிசையை எந்த ஃபார்மேட் வழியாகக் கேட்கலாம் என்று வருகிறபோது ஸ்டீரியோ ஃபார்மேட்தான் உலகம் முழுவதும் இன்றும் சிறந்த ஒன்றாக நின்று நிலைபெற்றிருக்கிறது. காரணம் நம் இரு காதுகளைப் போல இரண்டு ஸ்பீக்கர்களின் வழியாக நாம் ஸ்டீரியோவில் நாம் கேட்கிறோம். இசையை ஸ்டீரியோவின் வழியே கேட்கும்போது சப்வூப்பருடன் கூடிய 2.1 இன்று மிகப் பிரபலமான ஒலிக்கருவியாக உலகம் கொண்டாடிவருகிறது. ஆனால் 5.1, 7.1 தடங்களின் வழியே இசையைக் கேட்டு ரசிக்கலாமா? இசையைக் கேட்க, எவை சிறந்த ஒலிக்கருவிகள், எது சிறந்த ஹெட்போன், எது சிறந்த ஆம்ப்ளிஃபையர்? எவ்வளவு வாட்ஸ் ஸ்பீக்கர் பயன்படுத்தலாம்? ஒரு சவுண்ட் ஸ்டுடியோ உணர்வை வீட்டில் பெற என்ன செய்வது?

29

காதுகளுக்கும் கருவிகளுக்கும் காதல்!

ஒரு ஆடியோவை அல்லது இசையைப் பதிவு செய்யவும் அதை ஒலிக்கவிட்டுக் கேட்டு இன்புறவும் (Record and play) இன்றைய டிஜிட்டல் சந்தையில் பல ஆடியோ ஃபார்மெட்டுகள் இருக்கின்றன. உங்களுக்குப் பிடித்த ஆடியோ ஃபார்மெட் எது என்று உங்களால் கூறமுடிமா என்று தெரியவில்லை. காரணம், எத்தனை இசையமைப்பாளர்கள் வந்தாலும் இளையராஜாவை எப்படி நாம் கொண்டாடுகிறோமோ அப்படித்தான் எம்பி3 ஃபார்மெட்டையும் கடந்த 25 ஆண்டுகளாகக் கொண்டாடி வருகிறோம். எம்பி3 இத்தனை பிரபலமாக இருப்பதற்கான காரணத்தைக் கடந்த பல அத்தியாயங்களில் நான் விளக்கினேன். ஆனால் எம்பி3 மட்டும்தான் சிறந்ததா, வேறு சாய்ஸே கிடையாதா என்று கேட்டு என் மின்னஞ்சல் பெட்டியை நிறைத்துவிட்டீர்கள்.

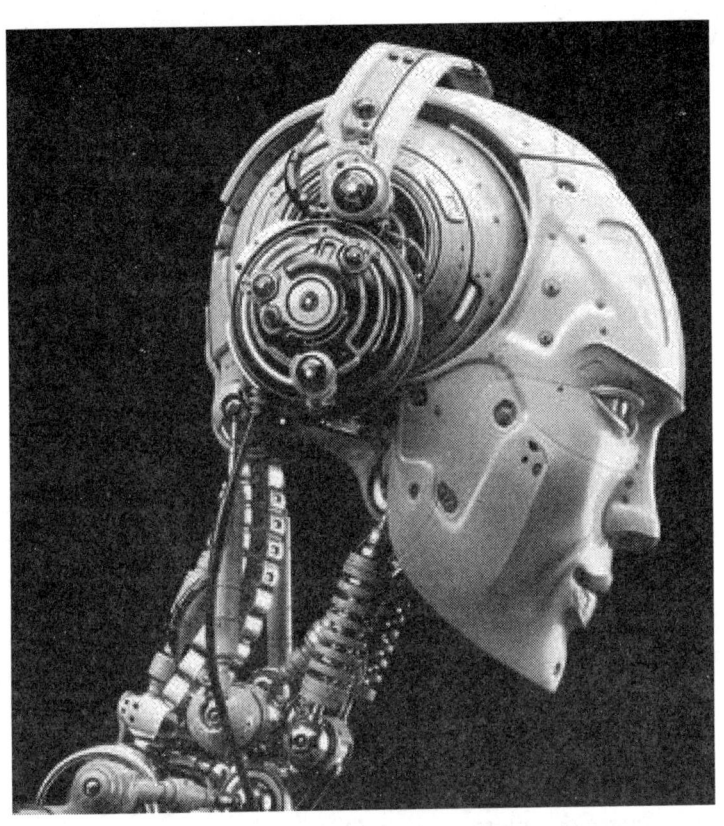

ஒலிச்சேதாரமும் ஒலிமுழுமையும்

ஃப்ளாக் (FLAC), வேவ் (WAV), டபிள்யூ.எம்.ஏ (WMA), ஏஏசி (AAC), ஓஜிஜி (OGG) உட்பட பத்துக்கும் அதிகமான ஆடியோ ஃபாரர்மெட்டுகள் இருக்கின்றன. பயன்பாட்டின் அடிப்படையில் அல்லாமல் ஒலித் தரத்தின் அடிப்படையில் இந்த ஃபார்மெட்டுக்களை ஒலிச்சேதாராம் (Lossy) கொண்டவை, ஒலிமுழுமை (Lossless) கொண்டவை என்று இரண்டு வகையாகப் பிரித்துவிடலாம். உங்களது மியூசிக் சிடியில் உள்ள பாடல் ட்ராக்குகள், கம்ப்யூட்டர் அல்லது ஸ்மார்ட்போனில் தரவிறக்கி வைத்திருக்கும் ட்ராக்குகள், பென் ட்ரைவில்

நீங்கள் சேமித்து வைத்திருப்பது என எந்தவொரு இசையை நீங்கள் பிளே செய்தாலும் ஆடியோவின் டேட்டாவும் ஒலித்தரமும் சேதாரம் இல்லாமல் ஒலித்தால் அதை லாஸ்லெஸ் ஃபார்மெட் என்று கூறிவிடலாம்.

லாஸி ஃபார்மெட்டைப் பொறுத்தவரை ஆடியோ பைலை நாம் எந்த அளவில் கம்ப்ரெஸ் செய்து பதிவு செய்து வைத்துக்கொள்கிறோம் என்பதைப் பொறுத்து சில ஒலிகளின் சேதாரத்தைத் தவிர்த்துவிடலாம்.

எம்பி3 மற்றும் டபிள்யூ.எம்.ஏ. இரண்டையும் லாஸி ஃபார்மெட் வகையில் வைத்திருக்கிறார்கள். அதேபோல ஃப்ளாக் மற்றும் வேவ் இரண்டும் லாஸ்லெஸ் ஃபார்மெட்டுகள் என்று அங்கீகரிக்கப்பட்டிருக்கின்றன. இந்த இடத்தில் இன்னொன்றையும் கவனிக்க வேண்டும். இன்று பாப்புலராக இருக்கும் எம்பி3 ஒரு லாஸி ஃபார்மெட்தான் என்றாலும், அதில் பதிவுசெய்யப்படும் இசை ‘மாஸ்டரிங்’ செய்யப்பட்ட ஒரிஜினல் ஃபைலில் இருந்து எடுக்கப்பட்டதாக இருக்க வேண்டும். அப்படியிருந்தால் ஒலிச்சேதாரம் என்பது மிக மிகக் குறைவாக இருக்கும். அதை நம்மால் கண்டுபிடிக்க முடியாது.

ஆடியோவின் அளவு

அதேபோல லாஸ்லெஸ் ஃபார்மெட்கள் என்று ஏற்றுக்கொள்ளப்பட்டிருக்கும் ஃப்ளாக் மற்றும் வேவில் ஒலித்தரத்துக்கு ஏற்ப ஃபைல் சைஸூம் பெரிதாக இருக்கும். பெரிய ஃபைல்கள் ரீடாகும்வரை காத்திருந்துதான் நமது இசைப் பசியை ஆற்றிக்கொள்ள முடியும். அதேபோல பெரிய ஃபைல்களை மின்னஞ்சல் வழியே பகிர்ந்துகொள்வதில் குறைந்தபட்ச அளவு என்ற சிக்கல் இருக்கிறது.

மின்னஞ்சல் வழியே நீங்கள் 25 எம்.பிக்குமேல் அனுப்ப முடியாது. அதிகமாகப் பகிர்ந்தாலும் ட்ரைவ்

வழியே பகிரும்போது உங்கள் மின்னஞ்சலின் இலவசப் பயன்பாட்டு அளவை அது விரைவிலேயே தீர்த்துவிடலாம். இன்று இணையவேகம் அதிகமாகக் கிடைக்கிறது என்றாலும் மேலும் வேகமாகச் சென்றடைவதிலும் பெரிய ஃபைல்கள் பந்தயத்தில் தூங்கிவிடும் முயல்களை போன்றவை.

ஸ்மார்ட் போன்களில் பெரிய ஃபைல்களைத் தரவிறக்கும்போது எடுத்துக்கொள்ளும் கால அவகாசம் உங்களுக்கு எரிச்சலை உண்டுபண்ணலாம். தவிர பெரிய ஃபைல்களை, நமது கணினி மற்றும் கையடக்கக் கருவிகளில் சேமித்து வைக்க, இடம் ஒரு சவாலாக இருக்கும். இந்தப் பிரச்சினையை எம்பி3 மிக எளிதாகக் கடந்து வந்துவிட்டதால்தான் அது தன்னிகரற்ற ஆடியோ ஃபார்மெட்டாக ஆட்சி செய்துகொண்டிருக்கிறது. அப்படியானல் ஃபைலின் அளவைச் சிறிதாக்குவதைத் தவிர ஒலியின் தரத்துக்கு எம்பி3 முக்கியத்துவம் தருவதில்லையா என்று கேட்கலாம். அப்படிச் சொல்ல முடியாது.

ஃப்ளாக் ஃபார்மெட் ஒரு பாடலின் ஒரிஜினல் அளவைப் பாதியாகக் குறைக்கிறது. ஆனால் எம்பி3யில் ஒரிஜினல் அளவை ஒன்றில் ஐந்தாகவும் (one by fifth), ஒன்றில் பதினைந்தாகவும் (one by fifteen) கூடக் குறைக்க முடியும். இப்படி ஃபைலின் அளவைக் குறைத்துப் பதிவுசெய்தாலும் எம்பி3ன் மேக்ஸிமம் பிட் ரேட்டாக (Number of bits per second in Data transfer) இருக்கும் 320 கேபி பிஎஸ்ஸுக்குக் குறையாமல் செய்துவிட்டால் ஒலித்தரத்தில் இருக்கும் சில சேதாரங்களை நாம் தவிர்த்துவிட முடியும்.

எம்பி3க்குக் கிடைத்திருக்கும் மக்கள் ஆதரவுக்கு அது எல்லாச் சாதனங்களிலும் எளிதில் பிளே ஆவதும் முக்கியக் காரணம். ஃப்ளாக் ஃபார்மெட்டைப் பொறுத்தவரை அது இலவசமாகக் கிடைக்கக்கூடிய ஓபன் சோர்ஸ் பிளேயர்தான் என்றாலும், அது ஆப்பிள் போன்களிலும் ஒருசில

ஆண்ட்ராய்டு பதிப்பு போன்களிலுமே கிடைக்கிறது. அதே நேரம் ஃப்ளாக் ஃபார்மேட்டின் தரம் உயர்ந்தது என்பதில் ஐயமில்லை.

இசைக்கு 2.1

திரையரங்குகளில் சரவுண்ட் சவுண்ட், அட்மாஸ் சவுண்ட் ஆகியவை ரசிகர்களுக்குத் திரை அனுபவத்தை முழுமையாக்கும் நோக்கத்துடன் அமைக்கப்பட்டிருக்கின்றன. 5.1, 7.1 ஆகிய தடங்களில் ஒரு திரைப்படத்தின் ஒலிகள் பிரிந்து ஒலிக்கின்றன. இந்த இரண்டுமே இசையைக் கேட்பதற்கான ஒலித் தடங்கள் அல்ல. இசையை 2.1 ஸ்பீக்கரில் கேட்பதே சரியானது; தரமானது. ஏனென்றால் பாடல் இசையானது மாஸ்டரிங் செய்யப்படும்போதே வாத்திய ஒலிகள் இடது, வலது ஸ்பீக்கர்களுக்குத்தான் பிரித்து அனுப்பப்படுகின்றன. புல்லாங்குழல் போன்ற சோலோ வாத்தியங்களை மோனோ ட்ராக்காகப் பதிவு செய்து ஸ்டீரியோவில் நடுவில் ஒலிக்கும்விதமாக ட்ராக் பிரிப்போம்.

இப்படிச் செய்யும்போது இடது, வலதுக்குச் சரிசமமாகப் பிரிந்து சென்றுவிடும். அதேபோல் குரலும் பெரும்பாலும் மோனோ ட்ராக்கில்தான் பதியப்படுகிறது. குறிப்பிட்ட சில பாடல்களுக்கு மட்டுமே குரலை டபுள் ட்ராக் எடுப்போம். ஆனால், ஹோம் தியேட்டர் ஒலி அமைப்புக்காக 5.1 மற்றும் 7.1 ஸ்பீக்கர்கள் சந்தையில் கிடைப்பதால் அவற்றையே பெரும்பாலான ரசிகர்கள் வாங்கிவந்து வீட்டில் பயன்படுத்துகிறார்கள். அப்படி ஏற்கெனவே வாங்கிவிட்டீர்கள் என்றால் இசையை

மட்டும் கேட்க அதிலிருக்கும் ஸ்டீரியோ மோடை ஆன் செய்துகொள்ளுங்கள். அப்போது வேறுபாட்டை நீங்களே உணர்வீர்கள்.

ஸ்பீக்கரில் எல்லாம் அடக்கம்!

ஆம்ப்ளிபயர்களைத் தனியே உபயோகித்த காலம் தற்போது இல்லை. ஆம்ப்ளிபயர்களுடன் கூடிய ‘ஆக்டிவ்’ ஸ்பீக்கர்கள்தாம் சவுண்ட் ஸ்டூடியோக்களில் பயன்படுத்தப்படுகின்றன. இவற்றை நீங்களும் வாங்கிப் பயன்படுத்துங்கள். இன்று இடது, வலது மற்றும் சப் வூஃப்பருடன் கூடிய தரமான சவுண்ட் பார் ஸ்பீக்கர்களும் புக் ஷெல்ப் ஸ்பீக்கர்களும் சந்தையில் கிடைக்கின்றன. இவற்றைப் பயன்படுத்தலாம்.

அதேபோல மேஜைக் கணினிகளில் பயன்படுத்தப்படும் ஆக்டிவ் ஸ்பீக்கர்களும் இசையை ரசிக்க உகந்தவை. இன்று ஸ்பீக்கர் சந்தையில் கிடைக்கும் ப்ளூ டூத் ஸ்பீக்கர்கள் கேபிளை மேலும் கீழும் இழுத்துக்கொண்டு அல்லல்பட வேண்டிய அவசியம் இல்லால் செய்துவிட்டன. இவற்றின் வழியாகவும் சேதாரம் இல்லாத ஸ்டீரியோ இசையைச் சிறப்பாகக் கேட்க முடியும்.

இப்படி இசையைப் பதிய, பரவலாக்க, கேட்க இன்றைய டிஜிட்டல் தொழில்நுட்பத்தில் இத்தனை வேறுபாடுகள் இருந்தாலும் இந்தத் தொழில்நுட்பத்தின் வழியே உங்களை வந்தடையும் இசையைப் படைக்கும் இசைக் கலைஞர்களை நாம் வேறுபாடுகளுக்குள் அடக்கலாமா?

30

கலைகளின் நுட்பங்கள் பகிர்வதற்கே!

ஒரு பக்கம் எம்.எஸ்.வி, இளையராஜா, ஏ.ஆர். ரஹ்மான் போன்ற ஆளுமைகளின் சாதனைப் பட்டியல். இன்னொரு பக்கம் இன்றைய தேவைக்கான இசை என்ற நோக்கத்துடன் ஓடிக்கொண்டிருக்கும் அனிருத் வரையிலான இளைய தலைமுறை இசையமைப்பாளர்கள். இவர்களுக்கு நடுவில் படைப்புத்திறனும் தொழில்நுட்பமும் இணையும் திரையிசைத் தளத்தில் நான் நின்றுகொண்டிருக்கிறேன்.

இந்த இடத்திலிருந்து எனக்குக் கிடைத்த அனுபவங்கள் வழியாக எதையும் மறைக்காமல் உங்களோடு பகிர்ந்திருக்கிறேன். நவீன தொழில்நுட்ப வளர்ச்சியின் தாக்கத்துக்குப் பின் திரையிசையில் கணினியும் மென்பொருட்களும் செலுத்திவரும் ஆதிக்கம் பற்றி பிரதானமாகப் பேசியிருக்கிறேன்.

கணினித் தொழில்நுட்பத்தைப் பயன்படுத்தி திரையிசையில் பாடலை ஒரு தொகுப்பாக எப்படி ஒழுங்கமைப்பது என்பதைப் பற்றி விரிவாகப் பேசியபோது,

"என்ன நீங்கள்! தொழில் ரகசியங்களை இத்தனை வெளிப்படையாகக் கொட்டித் தீர்க்கிறீர்கள்! இதைப் படிப்பவர்கள் இசையமைத்தல் இத்தனை எளிதானதா என்பதுபோல் புரிந்துகொண்டு இங்கே படையெடுத்து விட மாட்டார்களா?" எனச் சில திரையுலக அன்பர்களே என்னிடம் கேட்டிருக்கிறார்கள்.

அவர்கள் இப்படிக் கேட்க என்ன காரணம் என்று யோசித்தபோது ஒன்று புரிந்தது. நவீனத் திரையிசை குறித்த தொழில்நுட்பத் தகவல்களை நம்மவர்கள் வெளிப்படுத்தாமல் வைத்திருந்தார்கள் என்ற உண்மைதான் அது. அது அவர்களது தவறல்ல;

எனக்கு 'தி இந்து' தமிழ், களம் அமைத்துத் தந்தது. அதை நான் 30 வாரங்கள் பயன்படுத்திக்கொண்டேன். கலை என்பதும் காலந்தோறும் மாறிவரும் கலையின் தொழில்நுட்ப ரகசியம் என்பதும் ஒளித்து வைக்கப்படாமல் தலைமுறைகளோடு பகிரப்பட வேண்டும் என்று நினைப்பவன் நான். நமது முன்னோர்கள் அப்படி அள்ளிக்கொடுத்திருக்காவிட்டால் இன்று நம் பாரம்பரிய மருத்துவமும் கலைகளும் இத்தனைத் தலைமுறைகளைக் கடந்து நம்மிடம் வந்திருக்க முடியாது.

ரசிகனுக்கும் தொழில்நுட்பம் தேவை!

இந்தத் தொடர் வெளிவரத் தொடங்கிய சில வாரங்களில் திரை இசை உலகில் இருந்தே தொழில்நுட்பச் சந்தேகங்களைத் தீர்க்கக் கேட்டு, எனக்கு வந்த தொலைபேசி அழைப்புகளின் எண்ணிக்கை அதிகம். நான் உணர்ந்த அளவில் சிறந்த கம்போஸிங் திறமை கொண்டவர்களுக்கு கணினியைப் பயன்படுத்தி அந்த இசையை எப்படி பிரசெண்ட் செய்வது எனத் தெரியவில்லை. இப்படிக் கேட்கப்பட்ட சந்தேகங்கள் அனைத்துக்கும் முடிந்தவரை இந்தத் தொடரின் வழியாக எளிய முறையில் என்னால் விளக்கம் அளிக்க முடிந்திருக்கிறது.

அதேபோல இசை ரசிகனுக்கும் இசையின் நுட்பங்களும் அது இயங்கும் நவீன தொழில்நுட்பம் குறித்த அறிவும் அவசியம். அதை அவன் முழுமையாகத் தெரிந்துகொண்டு ரசிக்கும்போது இசையை, அதில் வெளிப்படும் படைப்பு நேர்த்தியை ஆழமாக ரசிக்க அது பாதை அமைத்துக் கொடுக்கிறது. அந்த வகையில் ஒரு திரையிசைப் பாடல் உருவாகும் ஒவ்வொரு கட்டத்தையும் ரசிகர்களாகிய வாசகர்களுடன் பகிர்ந்து கொண்டது நிறைவை அளிக்கிறது.

தேச எல்லைகள் தடுக்க முடியாது!

விதவிதமான கதைகள், வேறுவேறு ஆளுமைத் திறன் கொண்ட இயக்குநர்கள், பாடலாசிரியர்கள் எனத் திரையிசையில் ஒவ்வொரு நாளும் ஒரு புதிய அனுபவமாக அமைந்துவிடுகிறது. ஆனால், முதன் முதலாக இசை அமைத்த திரைப்படத்தை எந்த இசையமைப்பாளரும் மறக்க முடியாது. அந்த வகையில் பாண்டிராஜ் இயக்கத்தில் அருள்நிதி & சுனைனா நடித்த 'வம்சம்' படத்துக்கு இசையமைத்ததை மறக்கமுடியாது.

அந்தப் படத்துக்குப் பணியாற்றியபோது நடந்த சம்பவம் ஒன்றை உங்களோடு பகிர விரும்புகிறேன். அந்தப் படத்தில் இடம்பெற்ற ஒரு கிராமியத் திருவிழா பாடலில், குறிப்பிட்ட சமுதாய மக்களின் கிராமியப்

பாரம்பரியங்களையும் அவர்களது வழிபாட்டுப் பெருமைகளையும் கூறும் விதமாக அமைய வேண்டும் என்று இயக்குநர் விரும்பினார்.

அதில் முழுக்க முழுக்க அந்த மக்களுக்கு நெருக்கமான கிராமியக் கருவிகளின் ஒலிகளே இடம்பெற வேண்டும் என்று இயக்குநர் கேட்டுக்கொண்டார். அதற்காக அவரது ஊரில் நடந்த பிரம்மாண்டமும் பாரம்பரியமும் நிறைந்த கோவில் திருவிழாவைக் காண என்னை அழைத்துச் சென்றார். அந்தத் திருவிழாவில் கண்ட பாரம்பரிய வழிபாடு, சடங்குகளை ஒட்டி 'மன்னாதி மன்னரு' பாடலை கம்போஸ் செய்தேன்.

அந்தப் பாடலில் அசலான கிராமிய வாத்தியங்களின் லைவ் இசை இடம்பெற வேண்டும் என்று அந்தப் பகுதியைச் சேர்ந்த கிராமிய இசைக்குழுவை அழைத்தேன். சென்னை வந்து வாசித்துத் தர அவர்கள் மிகப்பெரிய தொகையைக் கேட்டனர். வேறு வழியின்றி அவர்களை ஸ்டுடியோவுக்கு அழைத்துப் பாடல் பதிவைத் தொடங்கினேன்.

வந்திருந்த கிராமியக் கலைஞர்கள் அனைவருக்கும் பாடலை முதலில் ஒலிக்கவிட்டுக் காட்டியபோது ஆச்சரியப்பட்டுப்போனார்கள். "இது எங்க சனத்தோட பாட்டு, எங்க வழிபாடு, எங்க வாழ்க்கை. இதுக்கு வாசிக்க பணம் வாங்கமாட்டோம்" என்று மறுத்து, போக்குவரத்துச் செலவுக்குக்கூட பணம் பெற்றுக்கொள்ளாமல் சென்றார்கள். புறப்படும்முன் இசைக்குழுவின் தலைவர் என் அருகில் வந்து "நீங்க நம்ம ஆளுங்கதானே?" என்று கேட்டார்.

எனக்கு மனதுக்குள் சிரிப்பு வந்தாலும் "நான் உங்கள் தாயின் வயிற்றில் பிறக்காத சகோதரன்தான், மெட்டும் இசையும்தான் என்னுடையதே தவிர இந்த வரிகளை எழுதிய வாலி, நமது மூத்த சகோதரன்" என்றேன். நான் கூறிய தொனியைப் புரிந்துகொண்ட அவர், தனது பெருமிதம் அர்த்தமற்றது என்று புரிந்துகொண்டு அன்றுமுதல் அனைவருக்குமான கலைஞராக மாறிவிட்டார்.

இன்றுவரை எனக்குச் சகோதரனாகவே இருக்கிறார். படம் வெளியாகி வெற்றிபெற்றபின் அந்தக் காட்சி படமாக்கப்பட்ட ஊருக்குச் சென்றபோது எனக்கு மாலை மரியாதை செய்து அவரே கவுரவம் செய்தார். அவரது கலை சார்ந்த அன்பும் பற்றுதலும் தூய்மையானது. தன்னை ஈர்த்துவிடும் கலைஞனைத் தனது சமுதாய, இன, மத அடையாளங்களுடன் பொருத்திப் பார்த்து சொந்தம் கொண்டாடுவது தேவையற்றது. கலைஞன் எல்லைகள் அற்றவன். யாருக்கும் சொந்தமானவன் கிடையாது. நாட்டின் எல்லைகள்கூட அவனையோ அவனது படைப்புகளையோ தடுத்து வைக்க முடியாது.

உணர்வுகளுக்கு மதிப்பளிப்போம்!

திரையிசையில் பக்திப் பாடலுக்கும் கோயில் திருவிழா பாடலுக்கும் சூழ்நிலை அமைந்தால் நான் அதற்கு இசையமைக்க முடியாது என்று மறுக்க மாட்டேன். பத்துக்கும் அதிகமான கிறிஸ்தவ பக்திப் பாடல் ஆல்பங்களுக்கு இசையமைத்திருக்கிறேன். சூபி லைவ் இசைக் கச்சேரியை நடத்தியிருக்கிறேன். தற்போது

திருவண்ணாமலையாரின் அருட்கொடைகளை விவரிக்கும் ஆல்பம் ஒன்றுக்கு இசையமைத்து முடித்திருக்கிறேன்.

இவற்றை இங்கு நான் குறிப்பிடக் காரணம், ஆயிரம் மதங்கள் இருந்தாலும் ஏக இறைவன் ஒருவனே என்ற உணர்வு நம் மத்தியில் தழைத்தோங்க வேண்டும் என்பதற்காகவே. எல்லா மதங்களும் அவனையும் அவனது அன்பையும் வெவ்வேறு வடிவங்களில், வார்த்தைகளில் வெளிப்படுத்துகின்றன.

எண்ணற்ற சாதிகள் இருந்தாலும் 'மனிதம்' என்ற உணர்வால் நாம் விலங்குகளைக் காட்டிலும் உயர்ந்த மனித சாதியாக இருக்கிறோம். இந்தச் சிறப்புத் தகுதியால்தான் நாம் கலைகளை உருவாக்கி, ரசித்து, அவற்றை அடுத்த தலைமுறைக்கும் கற்றுக்கொடுக்கிறோம். அப்படிப்பட்ட நாம், நமது கலைஞர்களைக் கலைக்கண் கொண்டு காண வேண்டும். கலைஞர்கள் மீது, இன, மத அடையாளங்களைப் பொருத்துவதும், தமது சமூகப் பின்னணியுடன் சொந்தம் கொண்டாடுவதும் அவர்கள் உருவாக்கிய படைப்புகளைப் புறக்கணிப்பதற்குச் சமமானது. எனது இந்தப் பார்வையுடன் நிறைவுசெய்வதில் இரட்டிப்பு மகிழ்ச்சி.

■

உதவி:
தமிழிசை பேரகராதி - நா.மம்மது
www. musictheory.net
www. oneminutemusiclesson.com

பின்னிணைப்பு

அகராதி ஆக்கம் தாஜ் நூர்

Acoustic Treatment - ஒலி அலைகளைக் கட்டுப்படுத்திப் பிரதிபலிக்கச் செய்யாமல் ஏற்றுக்கொள்ளக்கூடிய அளவில் ஒரு அறையை உருவாக்கும் விதம்.

Active Loudspeaker or Moniter - உள்ளடங்கிய ஆற்றல் பெருக்கியுடன் கூடிய ஒலிபெருக்கி {இன்பில்ட் அம்ளிபெய்டு ஸ்பீக்கர்}

Ambience - ஒரு வரையறுக்கப்பட்ட இடத்தில் ஒலிப் பிரதிபலிப்புகளின் விளைவு.

Auxilliary Sends (Auxes) - ஒரு கன்சோலில் தனி ஒரு உள்ளீட்டு ச்சேனலில் இருந்து பெறப்பட்ட தனிவெளியீட்டு சமிக்ஞை.

Aux Return - உள்ளீட்டு சமிக்ஞையின் கலவை வெளிப்பாடு.

Audio Frequency - மனிதன் கேட்கக் கூடிய ஒலி அதிர்வெண் பொதுவாக 20Hz to 20KHz

Balance - இந்த வார்த்தைக்கு பல வித அர்த்தங்கள் உள்ளன.

1. சமநிலை, (இடது, வலது சானல்களின் ஒப்பீட்டு அளவு.

2. குரலுக்கும், பல்வேறு இசை கருவிகளுக்கும் உள்ள உறவின் அளவு.

Bandwidth - கூட்டு அதிர்வெண்களின் வரம்பு, மின்னணு சுற்று மூலம் ஒரு ஆற்றல் பெருக்கிக்கோ அல்லது மிக்சருக்கோ செலுத்தப்படும் அதிர்வெண்வீச்சு.

Bass Trap - இது ஒரு சிறப்பு ஒலி உறிஞ்சி, குறைந்த அதிர்வெண் ஒலிஅலைகள் உறிஞ்சி.

BPM - Beats Per Minute - ஒரு நிமிடத்துக்கான துடிப்பு.

Channel - ஒலி அலைகளையோ அல்லது தகவல்களையோ அனுப்பும் பாதை.

Chromatic - இசை அளவிலான சுருதி அதிகம் அல்லது குறையும் செமிடோனில் (அரைச்சுரம்).

Compressor- ஒலி அமுக்கி

DAW- டிஜிட்டல் ஆடியோ ஒர்க் ஸ்டேஷன் (Logic Pro, Nuendo, Pro Tools, Cubase)

dB - ஒலியின் அளவைக் குறிக்கும் விகிதம்.

De-esser - குரலின் தேவையற்ற சிறு ஒலி நீப்பான்.

Drum Pad - உள்ளடக்கிய டிரம்ஸ் ஒலிகளை வெளிப்படுத்தும் கருவி.

Latency - ஒலி சமிக்ஞை நொடிகளில் ஏற்படும் தாமதம்.

Loudness - ஆடியோ சிக்னலில் உணரப்பட்ட அதிகபட்ச ஒலியளவு.

Master - பல சாதனங்களை ஒரு கட்டுப்பாட்டில், டிஜிட்டல் கிளாக்கின் மூலமாக இயக்கும் சாதனம்.

Microphone - (Mic) ஒலி வாங்கி, ஒலி அலையை மின் சமிக்ஞையாக மாற்றும் கருவி.

MIDI- இசைக் கருவிகளின் டிஜிட்டல் இடைமுகம். இசைத் தகவல்களை கணினிக்கு அனுப்பும் கருவி சமிக்ஞை / (உதாரணம்: MIDI Keyboard).

Mono - ஒற்றை சேனல்.

Normalise - இயல்பாக்குதல் ஒலியை வறையறுக்கப்பட்ட அளவில் சம படுத்துதல்.

Off-line - கணினியின் பளுவை குறைத்து நேரத்தை மிச்சப்படுத்துகிறது.

Pad - ஒரு சிக்னல் அளவைக் குறைப்பதற்கான செயல்.

Pitch - ஒலியின் இசை அதிர்வெண்.

Plug-in - சொருகு நிரல்மென் பொருள் சமிக்ஞை செயலி.

Polarity - முரண்பாடு ஒரு சமிக்ஞையின் துருவ முனைப்பு.

Port - ஒரு இணைப்பின் உள்ளீடு அல்லது வெளியீடு.

Post-production - பதிவுக்கு பிந்தைய வேலைகள்.

Pre-amp - முன் பெருக்கம்ஒரு சமிக்ஞையின் அளவை பேரளவாக உயர்த்த பயன்படும் செயலி.

Preset - முன்னமைக்கப்பட்ட வடிவம்.

Real-time - நிகழ் நேரம்.

Reverb - எதிரொலி, பிரதிபலிப்புகள்.

Sample rate - ஒரு நொடிக்கு உள் வரும் அலை வடிவம்.

Slave - மாஸ்டர் சாதனத்தின் கட்டுப்பாட்டின் கீழ் இயங்கும் ஒரு சாதனம்.

Sound Card - ஒரு கணினியில் ஒலி சிக்னல்களை மாற்றும் இடைமுகம்.

Speaker - ஒலிப்பான்.

Stereo - இடது - வலது சேர்ந்த ஜோடி ஒலி.

Subwoofer - குறைந்த அதிர்வெண் பெருக்கி.

Surround - பல ஒலிபெருக்கிகளின் சுழல் வடிவத் தொகுப்பு.

Syntheisier - வடிவமைக்கப்பட்ட ஒரு மின்னணு இசைக்கருவி.

Talkback - அறைகளுக்கிடையேயான தகவல் தொடர்பு.

Tempo - ஒரு நிமிடத்திற்கான துடிப்புகள்.

Track - ஒலித் தடப் பாதை.

Transpose - ஒரு குறிப்பிட்ட எண்ணிக்கையிலான இசை சமிக்ஞைகளை மாற்றுவது.

Vocal Booth - தனிமைப் படுத்தப்பட்ட குரல் ஒலிப்பதிவு அறை.

Waveform - ஒலி அலை வடிவம்.

வாசகர்களின் சில மின்னஞ்சல்

IMTIAZ KHAN <imtiaz772@gmail.com>
Hello Mr. TajNoor
          This is Imtiaz Khan from Chennai. I'm a Facilities Manager, currently working on contract with an Oil company in UAE.
Read your article in the Tamil Hindu. Interesting and inspiring!

KALAIKUDIL MEDIA <kalaikudilmedia@gmail.com>
Fri, 4 May, 08:35
Dear sir Today i am very sad. Because your article concluded today. But we understood your noble heart through your today's article. You are so great. Continue your journey. God always with you. By Yours kalaikaviri vincent

RESH KUMAR <callmesuri81@gmail.com>
Fri, 27 Apr, 17:05
Hi sir,
     How are you? Iam a regular reader of your article in the Tamil hindu.sir I planned to buy a new home theater for my home and I need your suggestion to choose a good one.infact my room size is Very small (10*10).I want to listen both retro songs and latest songs in good sound quality.so please suggest me a good one.
Thank you

ROWN HARI <crownhari27@gmail.com>
Fri, 27 Apr, 08:28
Hi Good morning sir, I read your article in news paper, very useful thank you & can you suggest any best 2.1 music player

KALAIKUDIL MEDIA <kalaikudilmedia@gmail.com>
Fri, 20 Apr, 21:56
Dear sir Today's Article excellent. It will useful to all the person. Congratulations. continue.

GOBI GOOD <goodgobi15@gmail.com>
Fri, 19 Jan, 11:08
Hello Sir,
     I am Gobinath. I saw your article in Hindu Newspaper.... I am an Independent Artist and
     I have an enough basic experiences in this field.... And I had done some songs...
     I want to go to my next level. Forthat can I have some guidance from you....
And I am waiting for next episode of your article...
Thank you -GOBINATH

VIJAYARAJ PONNUSAMYGOUNDER <vijaysakunthala@yahoo.com>
Fri, 16 Feb, 20:14

Article in tamil hindu......very nice and interesting about music
Dr.P.Vijayaraj

JAGANNATH KUMAR <dcjagan@gmail.com>
Fri, 2 Feb, 13:45
Hello sir,
This's Jagan frm Adambakam...
  Special thanks to u sir about today's article in Tamil Hindu Newspaper...
    Really it gives me pleasure .. how song arrangements are made by the genius(A.R)...
    U said about packing .... brilliant selection frm the sampler even though it contains many sounds ... quality remains TOP most priority for him ... not the time ...
  I visual myself ur experience working Rehman sir ... as mine ...
  Thank u sir ... every Friday at least 30 minutes... I will be happy by reading ur article ...
    I admire him(A.R sir)as a great music legendary person.....living in my lifetime...
Regards,
Jagan

FSAL AHAMED <afsalahamed1935@gmail.com>
Sun, 28 Jan, 13:54
Dear Tajnoormd
  I am Afsal Ahamed, I read your article in the Tamil Hindu newspaper. I really surprised the co-incidence which you met Mr.Rehman, what I feel, it was Almighty Allah's arrangement.
  I am 30 years old, Since my childhood I have been mad of Mr.Rehman's music.
  I am B.E. Computer Science Engineer familiar in hardware & networking. I will be very happy if I could getting a chance to work with your team (Mr.Rehman).
  If you could help me in this regard and by the grace of Almighty, I get a chance to work with your team, it will be a new turning point of my life.
Thanking You
Regards
D.A. Afsal Ahamed

VIMALPOLA <vimald123@gmail.com>
Mon, 22 Jan, 15:59
Hello Sir,
My greetings.
I am Vimal, 33 years old from Chennai, a follower of your Article 'Tharani Aalum Kanini Isai' in The Hindu.
I've been following your article all these 15 episodes and enjoying a lot. I am 100% sure that this is the first time we see series about 'Audio Music' written in simple Tamil with so many details about Computers. Synthesizers, Mastering , Mono-Stereo, Analog and it goes on. Thank you so much, Sir. I am thoroughly enjoying reading it.
In the last episode, you have mentioned that you are Salem and said few lines about Arun Musicals. I am also from Salem and have plenty of sweet memories about Arun musicals. When my Dad presented me a tape deck, my love towards Music had

started. I still love Analog source (mainly Tape decks), holding almost 500 cassettes and listen to them every day. 'May Madham' cassette is my all-time favorite too and I am still collecting Cassettes for my collection. Thank you for bringing back those nostalgic, Sir. My warm wishes for your Music career.
Warm Regards,
VIMAL

JAGANNATH KUMAR <dcjagan@gmail.com>
19 Jan 2018, 14:26
Hello sir ...
    This's Jagan frm Adambakkam....
I regularly read ur music column in Hindu Tamil newspaper sir ... today when I was reading ur column .... I think it was wrongly printed about "Gentleman" film song "Chikkubuku chikkubuku" instead it was printed as "Kadhalan" film...
    Maybe this will be identified music lovers that it was wrongly printed ... but still I expect that ur experience in music journey should be conveyed with correct information sir ...
    Sir ... don't think that I pinpointed the mistake ... it's my wish that u should deliver correct details (may be printing mistake) ..
    I also belongs to Omalur(Salem district)
    Regards,
    Jagan

SAN DEEP <sandiimsg@gmail.com>
Fri, 5 Jan, 11:42
Hi.. Sir
 I liked ur article in The Hindu. Can u pls make an article abt retrography song made in 'manmadan ambu' "neelavanam neeyum nanum" song technology.. How it is..
Thank you
With regards
Sandeep. R

RAVICHANDRAN G <gravichandran2012@gmail.com>
Fri, 5 Jan, 08:02
The information given by you about Dolby Atmos, Voice panning and H.S.Sridhar are very interesting !It is surprising to know that lot of minute facts are inside music and recording! Hats off to you Sir! Expecting your continued publishing of similar articles. Thanking you Sir!
Ravichandran, Coimbatore 25

K.P.THULASINGAM <k.p.thulasilakshmi@gmail.com>
Sun, 17 Dec 2017, 17:46
Sir, vanakkam inthavaaram unga article varala sir y sir. Sorry sir Neenga unga veetula enthamadhiri audio set evvolo watts use panreenganu thernjikalama .

K.P.THULASINGAM <k.p.thulasilakshmi@gmail.com>Fri, 8 Dec 2017, 19:51
to me Sir.,

I am Thulasingam. How r u sir ?
Unga katturaiyai vaaram thavaraamal padthuvarugeeran. Neengal sonathupol naan tape cassette ill keytpathill irrukum feeling unarthu 6 monthku munnal old type Casseste thedi vaangi keaytpathil oru santhosham irrukeerathu intha feeling ennidam irrukum DVD & COMPUTER I'll Ennaku kidaikavillai ithai naan en nanbaragaliidamum soallivanthen. Ungal thoadaril soalvathu ennai poal keytkka mattumey therinthavargalkku migavum ithu oru varamey. Mikka Nandri.
Nan ungalai santhikka mudiyuma. Please sir. My mobile 9566141458.

COVAI ROSA <covairosa@gmail.com> Fri, 1 Dec 2017, 11:11
Hello sir
Wishes and greetings. I am reading your article about computer music. i am a catholic priest from Tirupur. In your article you mentioned about Performance tools to join the cut notes to get the the live instrumental performance. i would like to know whether it is a software or is it a built in tool in a sampler or sampled basic software like Kontact. Could you please clear my doubt.
Thanking you

INCENT DHANARAJ <kalaikudilmedia@gmail.com>
Fri, 1 Dec 2017, 08:43
Respected sir I am vincent Recordist from kalaikaviri college of fine arts Trichy. I am working for the past 25 years I have being red your article in Hindu Tamil. Today's article very superb. I am male but I love you. Great service. Insha Allah bless your life. I want to meet you and learn more things from you. Thanking you

AGAN P <independentdna@gmail.com>
Sat, 14 Oct 2017, 13:50
Dear Annae
This is Actor Jagan. How are you. I regularly read your article in Tamizh Hindu. It s very interesting.
Cheers!

GOWRISANKAR VISWANATHAN <vgowrisankar@live.com>
Sat, 23 Sep 2017, 06:16
    Sir,
Your Hindu article very nice .

SIRANJEEVI APPU <r.siranjeevi333@gmail.com>
Fri, 22 Sep 2017, 20:17
Respected sir
Good evening. I am a die hard fan of ar rahman sir. I saw ur article in hindi dt: 22.09.2017. It was itching. I have completed b.e in automobile engineering and working in tvs and sons private limited. Sound engineering was my ambition. Please guide and help sir.
Regards
Siranjeevi. R

TAMILSELVA P <salemtamilselva@gmail.com>
Fri, 16 Mar, 10:11
Thirai edai vendru nirkum thani edai
Arumai
அறிய தகவல்கள் நன்றி

RAMESH DURAISAMY <ramesh.durai@gmail.com>
Sat, 24 Feb, 14:28
Hi Sir,
Really enjoying reading your Article in 'Tamil The Hindu'.
Very much interested in musical subjects.
Some of interesting aspects from your article, which i came to know are,
1. Sampling.
2. Copy rights.
3. The Indian Performing Right Society
All the best and wish you all success.
Convey my Regards to A.R. Rahman sir...
Thanks and Regards,
Ramesh D

SHANMUGASUNDARAM SUNDARAM<shanmugasundaram1510@gmail.com>
Sun, 11 Feb, 15:56
தி இந்து ஆசிரியர் மற்றும் கட்டுரையாளர் தாஜ்நூர் அவர்களுக்கும்
கோவை வாசகரின் இசையுடன் கூடிய காலை வணக்கம்
இன்றைய இசை என்பது இரைச்சல் மட்டுமே ,அதை தெளிவாக கூறிய உங்களுக்கு ஓர் ஆயிரம் பாராட்டுக்கள்
இதுவே இப்படியென்றால் அடுத்த ஜெனெரேஷன் கதி என்ன ஆகுமோ என்ற பயம் உள்ளது
அன்புடன் வாசகர்
சோமசுந்தரம் சண்முகசுந்தரம்
80986 50500

HARSHA CHANDRASEKARAN <harshamusic06@gmail.com>
Sun, 4 Feb, 21:27
Gud eve sir ,
Iam Harsha Chandrasekaran from Coimbatore. I'm a student sir
 I will read all ur notes & ur journey with rahman sir, from Hindu talkies every friday.
Iam so impressed by your words towards sound system
Right now I'm learning keyboard grades in classical genre . &
I would like to proceed my music career in future too. So , iam confused to choose whether I have to go with sound engineering or EDM production.
So please say some guideliness or tips what to choose at this right moment in this technology world . This year I would like to start my career in music & i would like to become a artist as a singer / musician/composer & I would like to work with u too in future.
please guide me sir...

ARAVINDAN CHANDRAMOHAN <aravindanchandramohan@gmail.com>
Wed, 24 Jan, 13:11
Dear Sir,
just now i saw u r interviwe in tamil hindu page, so super thanks for the sharing sir,
Aravindan.C ; 9597213655

S HAMEED <continentalflair@gmail.com>
Sat, 27 Jan, 14:47
Assalamu alaikum Taj Noor Sir,
Just now i have read the Friday " Tamil Hindu " whereas i read your interview text that " Dedication & Imagination power along with Technical Awareness" is must for the creative Art or Music" Really outstanding.
Besides you have mentioned severals of your experience with A.R.Rahman,while i read it,i recollect your talk which was shared to me during our direct meeting that " you learnt many thing while you were with Rahman,particularly of " Salaam Saying Habit "
And you have added that " Rahman was gently approached you with affection " that was found with you during our meeting but here i am a average man.
Totally very interesting Taj Noor Sir, I am happy with your interview given to the Tamil Hindu, Your talking value would attract everybody - Allah is Great.
Kind Regards
Rajahamsee.

KAVIY ARASU <kaviyarasu37@gmail.com>
Fri, 22 Sep 2017, 11:49
hai bro,,,
the hindu tamila ungaloda tharani aalum kanini isai romba nala erundhuchi. rahman fan nan. avarapathi theriyatha visaiyam therinjika asai paduvan. ithu enaku pudhu visaiyama erundhuchi... romba thanks.... inum expert pandren bro.... thank you.

ROCKING RAGHUL <raghul.sathyan@gmail.com>
Fri, 24 Nov 2017, 08:27
Dear Sir,
In today's Hindu (தமிழ்) you have mentioned about "Yaarai Nambi" song, were you mentioned it was penned by Yugabharathi, but in the official song site, it was mentioned as "Kabilan".
Kindly clear the fact.
BTW the song was awesome, I appreciate your high pitch note adamency even SPB & Hariharan asked to reduce, but you didn't.
If you have time Pls listen to my songs. (Smule link below)
Thanks
Raghul ; 9841780547